भारताचे ऑलिम्पिक
नॅशनल गेम्स

प्रा. संजय पांडुरंग दुधाणे

दिलीपराज प्रकाशन प्रा.लि.
२५१ क, शनिवार पेठ, पुणे - ४११०३०.

भारताचे ऑलिम्पिक / Bharatache Olympic (National games)

■ **प्रकाशक**

राजीव दत्तात्रय बर्वे
मॅनेंजिग डायरेक्टर,
दिलीपराज प्रकाशन प्रा. लि.,
२५१ क, शनिवार पेठ, पुणे ४११०३०.
दूरध्वनी क्रमांक (फॅक्सहित)
२४४७१७२३, २४४८३९९५, २४४९५३१४

© प्रा. संजय पांडुरंग दुधाणे

बी–८, कृष्णलीला टेरेस,
महात्मा सोसायटीजवळ, कोथरूड, पुणे ४११ ०२९.
मो. ९८२२७४०९३१ sanjaydudhane@gmail.com

■ **प्रकाशन दिनांक** – १५ जुलै २०१५

■ **प्रकाशन क्रमांक** – २२१५

■ **ISBN :** 978 - 93 - 5117-075-4

■ मुद्रक

Repro India Limited,
Mumbai.

■ **टाईपसेटिंग**

पितृछाया मुद्रणालय,
९०९, रविवार पेठ, पुणे ४११ ००२.

■ **मुखपृष्ठ** – दिलीप रोडे

अभ्यासू क्रीडापत्रकार
अन् टेबलटेनिसचे खेळाडूप्रिय प्रशिक्षक
राजेंद्र कानेटकर सरांना
हे क्रीडापुष्प अर्पित

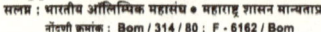

महाराष्ट्र ऑलिम्पिक असोसिएशन

संलग्न : भारतीय ऑलिम्पिक महासंघ • महाराष्ट्र शासन मान्यताप्राप्त

नोंदणी क्रमांक : Bom / 314 / 80 ; F - 6162 / Bom

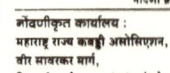

नोंदणीकृत कार्यालय :
महाराष्ट्र राज्य कबड्डी असोसिएशन,
वीर सावरकर मार्ग,
शिवाजी पार्क, दादर (प), मुंबई – ४०० ०२८.

सचिवालय :
आण्णासाहेब मगर स्टेडीयम, नेहरु नगर,
पिंपरी पुणे – १८. टेलीफॅक्स : (०२०) २७४३१८३५
ईमेल : maharashtraolympic@gmail.com

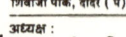

अध्यक्ष :
मा. ना. श्री. अजितदादा पवार
उपमुख्यमंत्री, महाराष्ट्र राज्य

महासचिव :
मा. बाळासाहेब लांडगे
मोबा.: ९४२२३१०४५४

ऐतिहासिक कामगिरीस उजाळा

ऑलिम्पिक आणि संजय दुधाणे यांचे नाते अतूट आहे. पहिले ऑलिम्पिक विजेते खाशाबा जाधव यांचे चरित्र लिहून हा तरूण थांबला नाही. आशियाई, राष्ट्रकुल आणि ऑलिम्पिकवर संशोधन करून नवनवीन ग्रंथ संजयने प्रकाशित करून क्रीडा पुस्तकाची उणीव भरून काढली आहे. विशेष म्हणजे ऑलिम्पिक असो वा एशियाड या स्पर्धेंचे थेट वृत्तांकन करून त्याविषयावरील पुस्तके लिहिण्याचे त्याने केलेले काम खूप मोठे आहे. संजयचे लेखन शालेय मुलांपासून ते पीएचडी करणाऱ्यांना उपयुक्त आहे.

गेली दशकभर या युवकाची धडपड मी जवळून पाहातोय. ऑलिम्पिक, आशियाई स्पर्धेवर अनेकांनी पुस्तके लिहिली. हा ऑलिम्पिकमय पत्रकार नॅशनल गेम्सवरही पुस्तक लिहू शकतो हे खरेच खूप कौतुकास्पद आहे. विशेष म्हणजे या पुस्तकाचे 'भारताचे ऑलिम्पिक' असे नामकरण करून त्याने देशाच्या गौरवशाली कामगिरीस उजाळा दिला आहे.

भारताचे ऑलिम्पिक ही नवी वैचारिक दीपमाळ क्रीडापटू घडविण्यासाठी दीपस्तंभच ठरेल. याकरिता संजय दुधाणे यांचे मनापासून अभिनंदन. असेच लेखन त्यांच्या हातून घडत राहो ही प्रार्थना.

आपला

बाळासाहेब लांडगे

प्रस्तावना

संग्राह्य क्रीडा ठेवा

संजय दुधाणे या हरहुन्नरी क्रीडापत्रकाराशी माझी ओळख लंडन ऑलिम्पिकच्या सोहळ्यात झाली. लंडनमध्ये त्याने मला भेट दिलेले 'कथा ऑलिम्पिकच्या' हे पुस्तक मी रात्रभर वाचत होतो. मराठी मुलखातही ऑलिम्पिकचा सखोल अभ्यास करून लेखन करणारे पत्रकार असल्याचे पाहून मला खूप आनंद वाटला.

पुस्तक प्रदर्शनात मी क्रीडापुस्तके शोधत असतो. क्रिकेटचे एखाददुसरे पुस्तक हाती लागते. आता ही उणीव मित्रवर्य संजय भरून काढत आहे. त्याचे हे नवे नॅशनल गेम्सवरील पुस्तक पाहून मी चकितच झालो. या लेखकाने कश्याप्रकारे माहिती संग्रहित केली असावी हा प्रश्न पडतो. ऑलिम्पिक, आशियाई स्पर्धेची हवी तेवढी माहिती नेटवर सहज मिळते. भारताच्या वैभवशाली राष्ट्रीय क्रीडा स्पर्धेची माहिती सापडणे कठीण आहे. म्हणूनच संजय दुधाणेंचे हे नवे पुस्तक मला राष्ट्राचा संग्राह्य क्रीडा ठेवा वाटते.

हे पुस्तक मराठीत प्रकाशित होत असले तरी हे पुस्तक इंग्रजी, हिंदीतूनही आले पाहिजे. भारतीय ऑलिम्पिक महासंघाच्या कार्यकारिणी सदस्य या नात्याने मी आयओएच्या वतीने या पुस्तकास शुभेच्छा देत आहे.

नामदेव शिरगांवकर

सदस्य,

भारतीय ऑलिम्पिक महासंघ

लेखक परिचय

प्रा. संजय पांडुरंग दुधाणे

M. A., B. Ed. (phy.), D.C.J.

पुणे शहराजवळील मुळशी तालुक्यातील पिरंगुट गावात २३ मार्च १९७६ रोजी जन्म. बालपणापासून खेळाची आवड. आंतरशालेय व आंतरजिल्हा स्पर्धांत सहभाग. १९९४ पासून क्रीडाविषयक लेखनास प्रारंभ.

ऑलिम्पिकवीर खाशाबा जाधव, संत सीतामाई, संत गणोरेबाबा, मेजर ध्यानचंद, भारतरत्न सचिन तेंडुलकर, फ्लाईंग शीख मिल्खासिंग, अजिंक्यतारा ही चरित्रे आणि आशियाई स्पर्धा, वाटचाल ऑलिम्पिकची, क्रीडापर्वणी, कथा ऑलिम्पिकच्या, ऑलिम्पिक अमृतानुभव, खेळांचा राजा-फुटबॉल ही क्रीडाविषयक पुस्तके प्रकाशित. ऑलिम्पिकवीर पुस्तकातील चरित्राचा इयत्ता नववीच्या पाठ्यपुस्तकात समावेश.

लोकमत, सकाळ, लोकसत्ता, महाराष्ट्र टाइम्स, पुढारी, केसरी, प्रभात वृत्तपत्रांतून क्रीडाविषयक लेखन प्रसिद्ध. १२०० पेक्षा अधिक लेख प्रकाशित.

ऑलिम्पिक २०१२ स्पर्धेचे थेट लंडनहून वृत्तांकन. ऑलिम्पिक यशाचा षटकार अनुभवणारे एकमेव मराठी क्रीडापत्रकार.

भारताच्या २०११ इंग्लंड दौऱ्याचे थेट लंडनमधून वृत्तांकन. दिल्लीत झालेल्या विश्वकरंडक हॉकी २०१० स्पर्धेचे वृत्तांकन करणारे एकमेव मराठी क्रीडापत्रकार. विश्वकरंडक क्रिकेट २०११ स्पर्धेचे व २०१४ इन्चोन आशियाई स्पर्धेचे वृत्तसंकलन. अष्टपैलू दिवाळी अंकाचे संपादक. पुणे, कोल्हापूर आकाशवाणीवर कार्यक्रम. आयबीएन लोकमत वृत्तवाहिनीसाठी थेट प्रक्षेपणाद्वारे वृत्तांकन. राष्ट्रीय, आशियाई, राष्ट्रकुल, जागतिक स्पर्धांचे वृत्तांकन.

केरळमधील ३५ व्या राष्ट्रीय क्रीडा स्पर्धेसाठी महाराष्ट्र राज्याच्या पथकात समन्वयपदी निवड.

शाहू महाराज पुरस्कार (महाराष्ट्र शासन), परशुरामीय क्रीडा पुरस्कार (स. प. महाविद्यालय), आदर्श क्रीडा पत्रकार (महाराष्ट्र राज्य पत्रकार संघ), मुळशी भूषण पुरस्कार, संग्राम क्रीडा गौरव पुरस्कार, आदर्श युवक पुरस्कार (पुणे मनपा) प्राप्त. ऑलिम्पिक, क्रिकेट, कबड्डी प्रदर्शनाचे आयोजन करून क्रीडा प्रचार व प्रसारासाठी सदैव कार्यरत.

३५ वी राष्ट्रीय
क्रीडा स्पर्धा, केरळ

मनोगत

काही पुस्तकांचा जन्म वेळेत होतो. काही पुस्तके काळाच्या पोटात अनेक दिवस पडून राहातात. मी लिहिलेले हे दुसरे पुस्तक एक-दोन नव्हे तर तब्बल १४ वर्षे अप्रकाशित होते. जशी राष्ट्रीय क्रीडा स्पर्धा सतत पुढे ढकलली जाते, तसे हे पुस्तक दुर्लक्षित राहिले. केरळ येथे रंगणाऱ्या ३५ व्या राष्ट्रीय क्रीडा स्पर्धेच्या निमित्ताने हे संग्राह्य पुस्तक वाचकांपुढे येत आहे. जणू वनवासतून माझी ही शब्दकृती आपल्यासमोर येत आहे.

नॅशनल गेम्स देशातील सर्वात मोठा क्रीडा सोहळा असतो. भारताचे ऑलिम्पिकच जणू. पत्रकारिकतेचा डिप्लोमा करीत असताना सुपर मॉम मेरी कोमच्या मणिपूरमधील राष्ट्रीय क्रीडा स्पर्धा वृत्तांकनाची संधी मला मिळाली. दैनिक लोकसत्तात प्रकाशित झालेल्या सर्व बातम्या मी आजही जपून ठेवल्या आहेत. ही स्पर्धा माझ्या जीवनातील मैलाचा दगड ठरली. पंजाब नॅशनल गेम्सचे वृत्तांकन केल्यानंतर मी या पुस्तकाचे काम सुरू केले होते. हैदराबाद येथील स्पर्धेच्या पूर्वी २००२ मध्ये हे पुस्तक लिहून पूर्ण झाले होते. वेळेत ही शब्दकृती आपल्यासमोर येऊ शकली नाही.

महाराष्ट्राचा नव्हे तर देशाचा क्रीडा इतिहास या पुस्तकातून उलगडणार आहे. हे पुस्तक क्रीडाविश्वाला अर्पित करताना मोठे समाधान होत आहे. याकरीता दिलीपराज प्रकाशनाचे आभार मानावे तितके कमीच आहे.

प्रा. संजय दुधाणे
मो. ९८२२७४०९३१
sanjaydudhane@gmail.com

अनुक्रम

८/ भारताचे ऑलिम्पिक

भारताचे ऑलिम्पिक

भारताच्या वैभवशाली संस्कृतीमध्ये खेळ ही संकल्पना तशी नवी नाही. रामायण, महाभारत आणि त्याहीनंतर अगदी अलीकडील शिवशाहीच्या दैदीप्यमान काळात दांडपट्टा, फरिबदग असे मर्दानी खेळ-प्रकार खेळले जात होते. तसेच कुस्ती, तलवारबाजी, धनुर्विद्या, नेमबाजी हेही प्रकार प्रचलित होते. सध्या हे खेळ-प्रकार ऑलिम्पिकमध्ये समाविष्ट आहेत; म्हणजे ऑलिम्पिक खेळाचा उगम भारतीय संस्कृतीत बघायला मिळतो. फार काय, क्रिकेटसदृश विटी दांडू हा खेळही प्राचीन काळापासून भरतभूमीत खेळला जात होताच. युध्द जिंकल्यानंतर शत्रूचे डोके पायाने उडविणे ही फुटबॉलमधील खेळी भारतीय इतिहासात दिसून येते. मानवी उत्क्रांतीचा शोध घेता मनोरंजनातून खेळांचा विकास झाल्याचे दिसून येते. भारतातही शरीरसंपदा राखण्यासाठी व मनोरंजनासाठी फार पूर्वीपासून विविध खेळ खेळले जातात. मात्र क्रीडा स्पर्धा ही संकल्पना भारतात रूजवण्यास भारतीयांना इंग्रज भारतात येईपर्यंत वाट पहावी लागली. मनोरंजनासाठी खेळ खेळणे आणि पदकांसाठी खेळताना झुंज देणे हा फरक ऑलिम्पिकच्या निमित्ताने भारतीयांना समजला व त्यातूनच इंडियन ऑलिम्पिक गेम्स म्हणजेच राष्ट्रीय क्रीडा स्पर्धा ही संकल्पना उदयास आली व ती रूजलीही.

ग्रीसमध्ये १८९६ साली ऑलिम्पिक स्पर्धेचे पुनरुज्जीवन झाले. अथेन्स

नगरीत विश्वबंधुत्वाचा व्यापक संदेश देणारी ऑलिम्पिक स्पर्शा सुरू झाली. या जागतिक क्रीडाविकासाच्या प्रवाहापासून भारत फार काळ दूर राहू शकला नाही. १९२० च्या ऑलिम्पिक स्पर्धेत सर्वप्रथम भारतीय संघ सहभागी झाला. जागतिक मैदानात प्रथमच भारताच्या पाऊलखुणा उमटविण्याचे श्रेय पुण्यातील क्रीडासंघटकांना जाते. १९१९ च्या अखेरीस पुण्याच्या डेक्कन जिमखान्याच्या पुढाकाराने भारतीय ऑलिम्पिक मंडळाची (इंडियन ऑलिम्पिक असोसिएशन) स्थापना करण्यात आली होती. या मंडळातर्फे ६ खेळाडूंचा संघ निवड चाचणीद्वारे ऑलिम्पिकमध्ये भाग घेण्यासाठी पाठवण्यात आला होता. संघ अपयशी ठरला तसाच संघटना टिकविण्याचा प्रयत्नही असफल ठरला. तथापि यामुळे अधिकृत भारतीय ऑलिम्पिक संघटना स्थापण्यास वेळ मिळाला. १९२४ मधील पॅरिस ऑलिम्पिकच्या निमित्ताने भारतीय ऑलिम्पिक असोसिएशनची स्थापना झाली व त्या स्पर्धेसाठी अधिकृत भारतीय संघ पाठविण्यात आला. दिल्ली व लाहोर येथे १९२४ मध्ये आंतरराज्य ॲथलेटिक स्पर्धा भरविण्यात आली. ही स्पर्धा म्हणजेच पहिली राष्ट्रीय क्रीडा स्पर्धा होय. असे मानण्यात येते. या स्पर्धेतून आठ जणांचा संघ पॅरिसला पाठविण्यात आला. येथूनच भारतात ऑलिम्पिक चळवळीला खऱ्या अर्थाने प्रारंभ झाला. राष्ट्रीय क्रीडा स्पर्धेचाही श्रीगणेशा झाला असे म्हटल्यास वावगे ठरू नये.

भारतातील ऑलिम्पिक स्पर्धेचा इतिहास

पहिली वहिली राष्ट्रीय क्रीडा स्पर्धा भारतात लाहोरमध्ये झाल्याची नोंद आहे. पुढील १९२६, १९२८ वर्षांच्या दोन्ही स्पर्धाही लाहोरमध्ये पार पडल्या असाव्यात. चौथी स्पर्धा १९३० मध्ये अलाहाबादला तर पाचवी स्पर्धा १९३२ मध्ये मद्रास येथे झाल्याची नोंद भारतीय ऑलिम्पिक संघटनेकडे आहे. स्वातंत्र्यपूर्व काळात इंडियन ऑलिम्पिक गेम्स या नावाने राष्ट्रीय क्रीडा स्पर्धा खेळविली जायची. ॲथलेटिक्स, हॉकी, फुटबॉल, कुस्ती या खेळापुरताच इंडियन गेम्स स्पर्धा मर्यादित होती. पहिल्या पाच स्पर्धा नेमक्या कोणकोणत्या ठिकाणी झाल्या याबाबत एकमत नाही. १९२४ ते १९३२ या कालावधीत इंडियन ऑलिम्पिक गेम्स या नावाची स्पर्धा आयोजित केली गेली अशी नोंद इतिहासात आहे. परंतु या स्पर्धा निश्चितपणे कोणत्या ठिकाणी व कशा पध्दतीने घेण्यात आल्या याबाबत ठोस माहिती उपलब्ध नाही. तथापि या

स्पर्धा प्रत्यक्षात झाल्या याबाबत मात्र जाणकारात दुमत नाही.

१९२४ चा काळ हा गांधीवादाचा काळ होता. भगतसिंग, दत्त हे क्रांतिवीर याच काळात लाहोरमध्ये इंग्रज सत्तेविरूध्द मोलाचे कार्य करीत होते. पण तोपर्यंत इंग्रज भारतात स्थिरावले होते. इंग्रजी संस्कृती भारतीय मातीत हळूहळू रूजत गेली. त्यांचे क्रिकेट, हॉकी, फुटबॉल हे खेळ भारतीयांनी हळूहळू आत्मसात केले होते. अशा काळात लाहोरमध्ये राष्ट्रीय क्रीडा स्पर्धेची मुहूर्तमेढ रोवली गेली. ऑलिम्पिकसाठी भारताचा संघ निवडणे हा एकच उद्देश इंडियन ऑलिम्पिकमागे नव्हता, तर विविध प्रांतातील खेळाडू एकत्र आणून राष्ट्रीय एकात्मता व खिलाडू वृत्ती वाढवणे हा व्यापक उद्देशही होता. लाहोरमध्ये पहिल्या तीन स्पर्धा झाल्या असाव्यात असे मानले जाते; कारण त्या काळात उत्तर हिंदुस्थानात लाहोर हेच इंग्रजांचे एक प्रमुख सत्ताकेंद्र होते. सर्व बाबतीत संपन्न अशा लाहोरमध्ये बहुतेक सर्व प्रमुख खेळ प्रकार खेळले जायचे. मुख्य म्हणजे लाहोर प्रांतातच पतियाळा हे खेळाचे प्रमुख संस्थान समाविष्ट होते; आणि भारतीय ऑलिम्पिक संघटनेचे अध्यक्षपद याच पतियाळा संस्थानाचे महाराज भूपेंद्रसिंग यांच्याकडे होते. अध्यक्षपद असल्याने राष्ट्रीय क्रीडा स्पर्धेची सुरूवात लाहोरमध्ये झाली असावी. १९३४ मध्ये नवी दिल्ली येथे सहाव्या इंडियन ऑलिम्पिक गेम्स पार पडल्या. प्रारंभी क्रीडा प्रकारांची संख्याही मर्यादित होती.

१९२४ ते १९४८ : सिंहावलोकन

१९२४ ची स्पर्धा नॅशनल ऑलिम्पिक कमिटीच्या वतीने तर १९२८ पासूनच्या सर्व स्पर्धा ऑलिम्पिक संघटनेच्या वतीने अयोजित करण्यात आल्या होत्या. स्वातंत्रपूर्व काळात १२ वेळा राष्ट्रीय क्रीडा स्पर्धा झाल्या. १२ पैकी ६ स्पर्धा स्वातंत्र्यानंतर पाकिस्तानात गेलेल्या लाहोरमध्ये पार पडल्या. १९३८ मध्ये क्रीडाप्रेमी बंगाली बाबूंच्या कोलकाता नगरीत स्पर्धा झाली. या स्पर्धेत मराठमोळ्या कबड्डी खेळाचा समावेश करण्यात आला. तेव्हा हुतूतू या नावाने कबड्डीचा खेळ खेळला जायचा. कोलकात्यातही याच नावाने तो खेळवण्यात आला. १९४० मध्ये मुंबई प्रांतात तर ऐतिहासिक 'चले जाव' आंदोलन सुरू असताना व पतियाळात १९४८ साली दशकपूर्ती करणारी स्पर्धा झाली. मात्र या स्पर्धेबाबत सविस्तर माहिती मिळत नाही, याच कालखंडात युरोपमध्ये महायुध्द चालू होते,तरी स्पर्धेत खंड पडला नाही.

स्वातंत्र्यप्राप्तीनंतरच्या पहिल्या इंडियन ऑलिम्पिक गेम्सचे आयोजन उत्तर प्रदेशामधील लखनौ शहरात मोठ्या उत्साहात करण्यात आले होते. या स्पर्धेत देशाचे पहिले व महाराष्ट्राचे एकमेव ऑलिम्पिक पदकविजेते खाशाबा जाधव यांनी भाग घेतला होता. निरंजन दास या फ्लायवेट गटातील शहेनशहा समजल्या जाणाऱ्या मल्लास खाशाबांनी चारीमुंड्या चीत करून लखनौ स्पर्धा गाजवली होती. या स्पर्धेतील लक्षवेधी विजयानंतर खाशाबांची निवड लंडन ऑलिम्पिक स्पर्धेसाठी झाली होती. अनुभवाची शिदोरी नसतानाही व प्रतिकूल परिस्थितीत कराडच्या खाशाबांनी जागतिक स्पर्धेत सहाव्या स्थानापर्यंत मजल मारली होती. लखनौमधील स्पर्धा ही ऑलिम्पिकची पूर्वतयारीच होती. लंडन ऑलिम्पिकमध्ये ॲथलेटिक्स, कुस्ती, जलतरण, मुष्टियुद्ध, सायकलिंग, वेटलिफिक्टंग, हॉकी व फुटबॉल या क्रीडा प्रकारात भारताचा समावेश होता. लखनौमधील १३ व्या राष्ट्रीय स्पर्धेत हेच खेळ खेळले गेले होते.

१९४७ मध्ये भारत स्वतंत्र झाला. देशाने लोकशाही प्रणाली स्वीकारून विकासासाठी पंचवार्षिक योजना राबवण्यास सुरूवात केली. क्रीडाविकासाकडे केंद्र शासनाने दुर्लक्ष केले नाही. क्रीडा स्पर्धांद्वारे आशियाई देशातील शांतता व एकोप्यासाठी भारताने महत्त्वाचे पाऊल पुढे टाकले, ऐतिहासिक पहिल्या आशियाई क्रीडा स्पर्धांचे १९५१ मध्ये भारताने राजधानी दिल्लीत यशस्वी आयोजन केले; स्पर्धेमुळे संथ गतीने चालणाऱ्या क्रीडाविकासाच्या गाडीला वेग आला. आशियाई स्पर्धा १९५० मध्ये भरवण्याचे ठरले होते. यामुळे दर २ वर्षांनी होणारी इंडियन ऑलिम्पिक गेम्स १९५० मध्ये वेळापत्रकानुसार झाल्या नाहीत. १९४८ नंतर ४ वर्षांनी राष्ट्रीय क्रीडा स्पर्धांचा सूर्योदय झाला. १९५२ मध्ये मद्रास शहरात १४ व्या इंडियन ऑलिम्पिक गेम्स झाल्या; परंतु आशियाई स्पर्धांप्रमाणे या स्पर्धेचा गाजावाजा झाला नाही. देशांतर्गत सर्वोत्तम स्पर्धा दुर्लक्षित राहण्याची परंपरा तेव्हापासून चालूच राहिली.

एप्रिल १९५२ च्या दुसऱ्या आठवड्यात मद्रासमधील भारतीय ऑलिम्पिक संघटनेच्या राष्ट्रीय क्रीडा महोत्सवात खाशाबा जाधव पुन्हा सहभागी झाले होते. या स्पर्धेत पंचांच्या चुकीमुळे बॅटमवेट कुस्तीच्या अंतिम फेरीत खाशाबांना पराभव स्वीकारावा लागला होता. यामुळे पुन्हा ऑलिम्पिक प्रवेशाचा दरवाजा बंद झाला होता. मद्रास येथील स्पर्धेत पंजाबी मल्लावरही

अन्याय झाल्याने कोलकाता येथे निवडचाचणी स्पर्धा घेण्यात आली. निवड चाचणी आत्मविश्वासाने खेळून अव्वल ठरलेले खाशाबा हेलसिंकी ऑलिम्पिकसाठी पात्र ठरले व त्यांनी हेलसिंकीत देशासाठी पहिले ऑलिम्पिक पदक जिंकून इतिहास घडवला. राष्ट्रीय क्रीडा स्पर्धेत अन्याय होऊनही जिद्दीच्या जोरावर खाशाबांनी जागतिक यशाचे शिखर गाठले होते. हेलसिंकी ऑलिम्पिक स्पर्धेत प्रथमच भारतीय महिला खेळाडू सहभागी झाल्या होत्या. त्यामुळे मद्रासमधील इंडियन ऑलिम्पिक गेम्समध्येही महिलांचे पदार्पण झाले असावे.

आशियाई स्पर्धेमुळे पुढे ढकलण्यात आलेली १९५० मधील स्पर्धा १९५२ मध्ये थाटामाटात मद्रासला पार पडली व १९५२ मधील स्पर्धा १९५३ मध्ये जबलपूरला खेळविण्यात आली. यामुळे स्पर्धा दर दोन वर्षांनी भरविण्याचा क्रम कायम राहिला. १९३४ नंतर तब्बल २० वर्षांनी पुन्हा राजधानी दिल्लीत इंडियन ऑलिम्पिक गेम्स रंगल्या. १९५४ नंतर सलग १६ वर्षे स्पर्धा सुरळीत पार पडल्या. कोलकाता, कटक, जबलपूर, मद्रास या शहरांना दोन वेळा स्पर्धा भरविण्याचा मान मिळाला. १९७० मधील कटकमध्ये २४ व्या स्पर्धा पार पडल्या. यानंतर राष्ट्रीय क्रीडा स्पर्धा वेळेनुसार होण्याची परंपरा खंडित झाली. रौप्यमहोत्सवी २५ वी स्पर्धा भरविण्याचा मान हैदराबादला मिळाला. १९७२ मधील महत्त्वपूर्ण टप्प्यातील स्पर्धेसाठी आंध्र प्रदेश ऑलिम्पिक संघटनेची तयारी पूर्ण झाली होती. परंतु अचानक उद्‌भवलेल्या वादळामुळे स्पर्धा लांबणीवर पडत गेली. तब्बल ७ वर्षानंतर म्हणजे १९७९ मध्ये रौप्यमहोत्सवी स्पर्धेला मुहूर्त सापडला. हैदराबादच्या स्पर्धेत ३१ संघांनी भाग घेतला होता. ॲथलेटिक्स, बास्केटबॉल, सायकलिंग, हँडबॉल, ज्युदो, वेटलिफ्टिंग, कुस्ती आणि जिम्नॅस्टिक्स अशा ९ क्रीडा प्रकारात रौप्यमहोत्सवी स्पर्धा खेळविण्यात आली. सहा हजारांपैकी जास्त खेळाडू, पदाधिकारी स्पर्धेच्या यशासाठी झटले होते. स्पर्धेतील प्रत्येक सहभागी खेळाडूच्या निवासासाठी दररोज ८ रु. भत्ता देण्यात आला. ही स्पर्धा ऑलिम्पिक तसेच आशियाई स्पर्धेच्या नियमांनुसार आयोजित करण्यात आली नाही. स्पर्धेत ज्युनिअर गटातील सामने खेळविण्यात आले तसेच इंडियन एअरफोर्स, सेनादल, विद्यापीठे, पोस्ट व रेल्वे खाते, स्टील फ्लँट, सी.एम.पी., बेंगलोर, विदर्भ या स्वतंत्र संघांना स्पर्धेत स्थान देण्यात आल्याने आंतरराज्य स्पर्धा ही संकल्पना पुसट झाली. एकूणच दर्जा खालावल्याने १९८० मध्ये इंडियन ऑलिम्पिक

गेम्स बंद करण्याचा निर्णय भारतीय ऑलिम्पिक संघटनेने घेतला.

सायटस्, मस्टिअस, फोर्टिअस् - अधिक वेगवान, अधिक उंच, अधिक बलिष्ट हे ऑलिम्पिकचे ब्रीद भारतीय हॉकीपटूंनी सिद्ध करून दाखवले आहे. स्वातंत्र्यापूर्वी व स्वातंत्र्यानंतरही हॅटट्रिकसह ८ ऑलिम्पिक सुवर्णपदके जिंकण्याचा भीमपराक्रम भारतीय हॉकीपटूंच्या नावावर जमा आहे याचाच परिणाम म्हणजे १९८० च्या दशकात भारतात क्रीडा स्पर्धा ही संकल्पना रूळलेली दिसून आली. म्हणूनच पुन्हा एकदा आशियाई क्रीडा स्पर्धा भारतात घेण्याचा निर्णय घेण्यात आला.

दिल्लीत १९८२ च्या हिवाळ्यात नववी आशियाई क्रीडा स्पर्धा मोठ्या दिमाखात पार पडली. या स्पर्धेने भारतीय क्रीडाक्षेत्रास कलाटणी दिली. स्पर्धेच्या काळात रंगीत टेलिव्हिजन भारतात आला व आशियाई स्पर्धेचे थेट प्रक्षेपण दाखविण्यात आल्याने खेळ घराघरात गेला. संपूर्ण देशात क्रीडाचैतन्याची एक लाट पसरली आणि या लाटेतूनच राष्ट्रीय क्रीडा स्पर्धांच्या पुनरूज्जीवनाचा एक प्रस्ताव पुढे आला. आशियाई क्रीडा स्पर्धेमुळे अत्याधुनिक सुविधांसह आंतरराष्ट्रीय दर्जा असणारी मैदाने भारतात तयार करण्यात आली. एशियाडच्या धर्तीवर देशात राष्ट्रीय क्रीडा स्पर्धा सुरू केली गेली पाहिजे. या विचाराला दिशा मिळत गेली.

भारतीय ऑलिम्पिक संघटनेचे माजी अध्यक्ष राजा भालिंदरसिंग हे १९८३ मध्ये चीनची राष्ट्रीय स्पर्धा पाहण्यास गेले होते. त्यावेळीच अशा प्रकारच्या स्पर्धा भारतातही घ्याव्यात अशी कल्पना त्यांच्या मनात रूजली आणि या कल्पनेस भारतीय ऑलिम्पिक संघटनेचे १९८५ मधील अध्यक्ष विद्याचरण शुक्ल यांनी मूर्त स्वरूप देण्याचे ठरविले. आशियाई क्रीडा स्पर्धेच्या नियमांनुसार नव्याने राष्ट्रीय क्रीडा स्पर्धेची गुढी १९८५ मध्ये उभारण्यात आली, स्पर्धेची स्वतंत्र नियमावली तयार करण्यात आली. पहिली स्पर्धा नवी दिल्ली येथे घेण्याचा निर्णय घेण्यात आला.

राजा भालिंदरसिंग यांचे स्वप्न विद्याचरण शुक्ला यांच्या प्रयत्नांनी साकार झाले. १९ नोव्हेंबर १९८५ रोजी पहिल्या राष्ट्रीय क्रीडा स्पर्धेचे सुसज्ज अशा पंडित जवाहरलाल नेहरू स्टेडियमवर उद्घाटन झाले. संचलन , क्रीडाज्योत प्रज्वलन , शपथविधी या ऑलिम्पिकच्या प्रथा प्रथमच देशांतर्गत स्पर्धेत सुरू झाल्या.

१९ नोव्हेंबर १९८५ हा दिवस देशाच्या क्रीडाक्षेत्रात क्रांतीचा ठरला. भारताचे ऑलिम्पिक या दिवसापासून सुरू झाले. इंडियन ऑलिम्पिक गेम्सच्या मावळलेल्या राष्ट्रीय क्रीडा स्पर्धेच्या सूर्याचा १६ वर्षानंतर नॅशनल गेम या नावाने पुनर्उदय झाला. १९८५ मध्ये स्पर्धेचे स्वरूप पूर्णपणे बदलले. म्हणून त्यापुढील स्पर्धा नव्या पद्धतीने म्हणजेच पुन्हा पहिल्या क्रमांकानेच घ्याव्यात असा निर्णय घेण्यात आला.

नवी दिल्लीत आठ दिवस चाललेल्या पहिल्यावहिल्या राष्ट्रीय क्रीडा स्पर्धेच्या २६ क्रीडा प्रकारांसाठी देशभरातील २६६५ क्रीडापटू सहभागी झाले होते; परंतु १९८२ मधील आशियाई स्पर्धेप्रमाणे नॅशनल गेमला प्रसिद्धी मिळाली नाही, तर दुसरीकडे नियोजनातील अभावामुळे स्पर्धेचाच बोजवारा उडावा हे केवढे दुर्दैव! राष्ट्रीय क्रीडा स्पर्धा आयोजनाचा खटाटोप संपला तरी स्पर्धेचा दर्जा सुधारला नाही ही शोकांतिकाच म्हणावी लागेल.

देशातील सर्वोत्तम क्रीडा स्पर्धा असल्याचे पहिल्या स्पर्धेत कुठेच जाणवले नाही. दिल्ली ऑलिम्पिक संघटनेवर स्पर्धा संयोजकांची जबाबदारी होती, परंतु यशस्वी संयोजकांची पालखी राजधानीतील क्रीडासंघटनांना उचलता आली नाही. पहिल्या राष्ट्रीय क्रीडा स्पर्धेत शिवरायांच्या महाराष्ट्राने दिल्ली काबीज केली. सर्वच खेळात महाराष्ट्रीयन खेळाडू विजेते ठरले. विशेष म्हणजे स्पर्धेतील सर्वोत्कृष्ट पुरुष व महिला खेळाडूंचा मानही महाराष्ट्राच्या अनुक्रमे रेखा शिरासी व जस्मिन अर्थेनाने मिळवून राज्याच्या सर्वसाधारण विजेतेपणावर अजिंक्यपदाचे तोरण चढवले.

१९८७ मध्ये दुसरी राष्ट्रीय क्रीडा स्पर्धा हरितरम्य केरळमध्ये पार पडली, संपूर्ण केरळीय परंपरेने उद्घाटन व समारोप हे या स्पर्धेचे एक आगळेवेगळे वैशिष्ट्य ठरले. नेमबाजी क्रीडा प्रकारात स्पर्धेत समाविष्ट न केल्याने महाराष्ट्राचे सर्वसाधारण विजेतेपद हुकले. स्पर्धेत केरळच्या काळ्यासावळ्या खेळाडूंनी बाजी मारत यजमानपद सार्थ ठरविले.

दिल्ली व केरळमध्ये वेळेवर स्पर्धा झाल्याने पुढील स्पर्धा १९८९ साली पंजाबमध्ये घेण्याचे ठरवण्यात आले; पण अतिरेक्यांच्या कारवायामुळे ही स्पर्धा सतत पुढे ढकलण्यात आली. अखेर खेळाडूंच्या सुरक्षितेच्या प्रश्नामुळे सुरक्षितेच्या प्रश्नामुळे ही स्पर्धाच रद्द करण्यात आली. येथूनच राष्ट्रीय क्रीडा स्पर्धा वेळेवर न होण्याचा पायंडा पडत गेला खरा!

महाराष्ट्राचा यशस्वी प्रयत्न

खंडित झालेली राष्ट्रीय क्रीडा स्पर्धा परत सुरू करण्यासाठी महाराष्ट्राने १९९० मध्ये पुढाकार घेतला व न भूतो न भविष्यती असे नॅशनल गेम्सचे आयोजन करून देशाच्या क्रीडाक्षेत्रास नव्या अध्यायास प्रारंभ करण्याचे श्रेय मिळवले. स्पर्धा कशी आयोजित करावी याचा जणू आदर्श वस्तुपाठच महाराष्ट्राने उभ्या देशाला दाखवून दिला. विक्रमी वेळेत भव्य क्रीडासंकुल उभे करण्यापासून ते सर्वसाधारण विजेतेपद पटकवण्यापर्यंत महाराष्ट्राने अनेक पराक्रम करून स्पर्धा स्मरणीय केली.

बेंगलोरमधील चौथ्या राष्ट्रीय क्रीडा स्पर्धाचे आयोजन सुमार दर्जाचे झाले. प्रतिकूल परिस्थितीत खेळाडूंनी चुरशीच्या लढती देत अनेक विक्रम नोदंवले. स्पर्धेवर ठसा उमटविला तो कर्नाटक व दिल्लीच्या जसपाल राणाने, यजमान राज्याने विजेतेपद जिंकण्याची परंपरा कर्नाटकनेही कायम राखली तर जसपालने नेमबाजीमध्ये जागतिक विक्रमाला गवसणी घातली. स्पर्धेचे उद्घाटन विस्कळीत झाले होते; परंतु समारोप अविस्मरणीय ठरला, बेंगलोर च्या स्पर्धेपासून महाराष्ट्राच्या वर्चस्वाला धक्का बसला. मराठी खेळाडूंच्या कामगिरीचा आलेख घसरत गेला.

मणिपूरची वैशिष्टपूर्ण स्पर्धा

डोंगर दऱ्यांतील मणिपूर राज्यात झालेली पाचवी राष्ट्रीय क्रीडा स्पर्धा अनेक दृष्टीने वैशिष्टपूर्ण ठरली. इम्फाळ शहरात आयोजित या स्पर्धेमुळे मणिपुरी क्रीडापटूंच्या गुणवत्तेचे सोने झाले. सर्वाधिक पदकांची कमाई करणाऱ्या केरळचे यशही कौतुकास्पद होते.

जसपालने सलग दुसऱ्यांदा विश्वविक्रम नोंदविला तर निशा सिलेट दुसऱ्यांदा सर्वोकृष्ट खेळाडूची मानकरी ठरली, पंजाबमधील सहावी क्रीडा स्पर्धा सतत वादाच्या भोवऱ्यात अडकत गेली. हे वादाचे ग्रहण समारोपापर्यंत सुटले नाही.

चार वेळा पुढे ढकललेली स्पर्धा सुमार दर्जाची झाली. स्पर्धा कशी आयोजित करू नये हे क्रीडाप्रेमी पंजाबने दाखवले यापरते दुर्दैव ते कोणते ! रडीच्या डाव खेळून पंजाबने सर्व साधारणविजेतेपद पदरात पाडून घेतले तरी क्रीडारसिकांची वाहवा मिळविली ती मणिपूरी क्रीडापटूंनीच.

राष्ट्रीय स्पर्धांचे सिंहावलोकन

खरे तर राष्ट्रीय क्रीडा स्पर्धा भारताचे ऑलिम्पिकच. जगातील स्पर्धांच्या धर्तीवर स्पर्धेचे उद्घाटन, समारोप समारंभ होतात हे खरे असले तरी आयोजन सर्वोच्च क्रीडास्पर्धांना साजेसे होत नाही. पुणे स्पर्धेच्या अपवाद वगळता उर्वरित ८ स्पर्धेमध्ये काही ना काही कमतरता होती. वाद होत राहिले. स्पर्धेची पध्दत बदलली जाणे किंवा क्रमवारीत बदल करणे. या गोष्टी नित्याच्या आणि सर्वच स्तरांवर घडत गेल्या. १९०० मधील पॅरिस स्पर्धेत ऑलिम्पिक नावाची कुठे नामोनिशाणी नव्हती. खेळांचा दर्जा आणि आयोजन तर कमालीची लाजिरवाणी होती. पण म्हणून त्या स्पर्धाचे क्रमांक कुणी बदलले नाहीत. १९४०, १९४४ मध्ये महायुध्दामुळे स्पर्धा रद्द कराव्या लागल्या; पण ऑलिम्पिकचे क्रमांक बदलले गेले नाहीत. सर्वच्या सर्व स्पर्धांमध्ये असा आमूलाग्र बदल गृहीत धरलेलाच असतो; पण त्यांच्या वर्षाच्या क्रमांकात कधीच फरक पाडला जात नाही. कारण तो क्रमांक विशिष्ट परिस्थितीचा बोलका प्रतिनिधी असतो. तो एक प्रकारचा इतिहास असतो. म्हणूनच १९८७ मधील केरळ स्पर्धेला २७ वी, पुण्याच्या राष्ट्रीय क्रीडा स्पर्धेला २८ वी, बंगलोरच्या २९ वी आणि इंम्फाळ स्पर्धेला ३० वी याप्रमाणे क्रमांक देणे गरजेचे होते. नव्या नियमानुसारच्या सुरूवातीच्या पाच स्पर्धेपर्यंत ही चुक दुरूस्त करण्यात आली नाही. पंजाब स्पर्धेपासून क्रमवारीची पुनर्रचना करून स्वातंत्र्यपूर्व कालखंडातील स्पर्धांचे महत्त्व जाणून घेण्यात आले.

राज्याराज्यात अत्याधुनिक सुविधांसह आंतरराष्ट्रीय दर्जाची स्टेडियम्स उभारणे हा राष्ट्रीय क्रीडा स्पर्धेचा एक प्रमुख उद्देश आहे. या उद्देशावर चांगले यश लाभले आहे. देशातील प्रमुख शहरांमध्ये सिंथेटिक टँक, पॉलिग्रास मैदानांची निर्मिती झाल्याने खेळातील वेग, चुरस वाढली आहे. मणिपूरच्या खेळाडूंनी राष्ट्रीय क्रीडा स्पर्धंमुळे निर्माण झालेल्या पायाभूत सुविधांच्या जोरावर आंतरराष्ट्रीय स्तरावर आपल्या यशाची पताका फडकविली आहे.

एकाच शहरात स्टेडियम्स उभारणीसाठी शंभर कोटींपेक्षा अधिक खर्च करणे राज्य शासनाला शक्य नसते. परंतु राष्ट्रीय क्रीडा स्पर्धेच्या निमित्ताने केंद्र सरकारकडून अनुदान घेतल्यानंतर सहज शक्य झाले आहे. यामुळेच मणिपूरसह झारखंड, आसाम राज्यात नवी क्रीडा संस्कृती उदयास आली आहे.

खेळांचा प्रचार व प्रसार हा उद्देश

ऑलिम्पिक खेळांचा प्रचार व प्रसार हा हेतूही राष्ट्रीय क्रीडा स्पर्धा भरविण्यामागे आहे. जेथे जेथे राष्ट्रीय क्रीडा स्पर्धा झाल्या तेथील सामान्य लोकांचा प्रतिसाद उत्स्फूर्त असतो. पुणे, हैदराबाद, गोवाहाटी राष्ट्रीय क्रीडा स्पर्धा पाहाण्यासाठी लाखोंच्या घरात क्रीडाशौकिनांनी क्रीडा नगरीत उदंड गर्दी केली होती. बेंगलोरमध्ये कबड्डीच्या सामन्यांना जरी हजारो लोकांनी गर्दी केली, तशीच इम्फाळमध्ये खोखोच्या लढती पाहाण्यासाठी हजारो आबालवृद्ध उत्सुकतेने, आस्थेने आले होते. यामुळे त्या त्या राज्यात क्रीडाविकासाला चालनाच मिळत गेली. ऑलिम्पिकसारखी स्पर्धा प्रत्यक्ष पाहण्याचे भाग्य 'याची देही याचा डोळा' नॅशनल गेम्समुळेच अनेकांना लाभत असते. राष्ट्रीय क्रीडा स्पर्धा म्हणजे देशातील क्रीडा प्रतिभेचा अत्युच्च आविष्कार घडविणारा महोत्सवच असतो; पण आयोजनातील त्रुटी असल्या तरी क्रीडारसिक नॅशनल गेम्सच्या चुरशीच्या लढतींचा आनंद लुटताना मी पाहिला आहे. जात, वर्ण, प्रांतभेद विसरून राष्ट्रीय एकात्मतेचे दर्शन नॅशनल गेम्सद्वारे घडत असते आणि यासाठीच स्पर्धा भरविण्याचा प्रयास असतो.

भारताने दोन वेळा आशियाई स्पर्धेचे स्मरणीय आयोजन केले. पश्चिम आशियाई स्पर्धा भरविण्यासाठी पुढाकार घेतला. पहिल्यावहिल्या आफ्रो-आशियाई स्पर्धा भारतात रंगल्या. राजधानी दिल्लीत राष्ट्रकुल स्पर्धेचे भारताने यशस्वी आयोजन केले आहे. ऑलिम्पिक संयोजनाची तयारी भारताने दाखविली असताना घरच्या राष्ट्रीय क्रीडा स्पर्धेची गाडी अद्याप रूळावर आलेली नाही. तरीही देशाच्या क्रीडा इतिहासात नॅशनल गेम्सना आगळेवेगळे महत्त्व प्राप्त झाले आहे. या स्पर्धेची घोषणा होताच क्रीडा क्षेत्राला आलेली मरगळ दूर होते. देशात उत्साहाचे वारे वाहू लागते. राज्याराज्यातील क्रीडाप्रेमी, खेळाडू, राज्य संघटना यांच्यात नवचैतन्य निर्माण होते. स्पर्धेत अनेक छोट्या-मोठ्या कटूगोड घटना घडतात.

राष्ट्रीय क्रीडा स्पर्धेचा प्रवास अडथळ्यांमुळे अपेक्षित वेगाने होत नसला तरीही या स्पर्धा प्रत्यक्षात कश्या रंगल्या हे जाणून घेणे रंजक ठरेल..चला तर दिल्ली ते केरळपर्यंतच्या नॅशनल गेम्सची वाटचाल पाहू या...

राष्ट्रीय क्रीडा स्पर्धा क्रमवारी

क्र.	वर्ष	ठिकाण
१)	१९२४	लाहोर
२)	१९२६	लाहोर
३)	१९२८	लाहोर
४)	१९३०	आलाहाबाद
५)	१९३२	मद्रास
६)	१९३४	नवी दिल्ली
७)	१९३६	लाहोर
८)	१९३८	कलकत्ता
९)	१९४०	मुंबई
१०)	१९४२	पतियाळा
११)	१९४४	लाहोर
१२)	१९४६	लाहोर
१३)	१९४८	लखनौ
१४)	१९५२	मद्रास
१५)	१९५३	जबलपूर
१६)	१९५४	दिल्ली
१७)	१९५६	पतियाळा
१८)	१९५८	कटक
१९)	१९६०	नवी दिल्ली
२०)	१९६२	जबलपूर
२१)	१९६४	कोलकाता
२२)	१९६६	बेंगलोर
२३)	१९६८	मद्रास
२४)	१९७०	कटक
२५)	१९७९	हैदराबाद

नॅशनल गेम्स/१९

नव्या नियमांनुसार स्पर्धेचे पुनरूज्जीवन

क्र.	वर्ष	ठिकाण
२६)	१९८५	नवी दिल्ली
२७)	१९८७	केरळ
२८)	१९९४	पुणे
२९)	१९९७	बेंगलोर
३०)	१९९९	इम्फाळ
३१)	२००१	पंजाब
३२)	२००२	हैदराबाद
३३)	२००७	गुवाहाटी
३४)	२०११	रांची
३५)	२०१५	केरळ
३६)	२०१६	गोवा
३६)	२०१८	छतीसगड

पंजाबमधील राष्ट्रीय क्रीडा स्पर्धा उद्घाटन सोहळा

जय महाराष्ट्राने दिल्ली दुमदुमली

नवव्या आशियाई क्रीडा स्पर्धेच्या यशस्वी संयोजनाचा सूर्य मावळल्यानंतर भारतीय क्रीडा क्षेत्राला नवा प्रकाश मिळाला होता. देशाच्या क्रीडाविश्वाचे चक्र वेगाने फिरू लागले होते. महत्त्वाचे म्हणजे या सूर्याने जाताजाता राष्ट्रीय क्रीडा स्पर्धेच्या मृत झालेल्या संकल्पनेला संजिवनी दिली. भारतीय ऑलिम्पिक संघटनेचे अध्यक्ष विद्याचरण शुक्ल यांनी संजीवनी मिळालेल्या राष्ट्रीय क्रीडा स्पर्धेच्या संकल्पनेस खतपाणी घातले. अखेर १५ वर्षाच्या प्रदीर्घ कालावधीनंतर १९८५ मध्ये या संकल्पनेस पालवी फुटली आणि राजधानी दिल्लीत १९ नोव्हेंबर १९८५ पासून ऑलिम्पिकच्या धर्तीवर राष्ट्रीय क्रीडा स्पर्धेची मुहूर्तमेढ रोवली गेली.

आशियाई क्रीडा स्पर्धेच्या निमित्ताने दिल्लीत सर्व पायाभूत व अत्याधुनिक सुविधा निर्माण झाल्या होत्या. यामुळे नव्या नियमांनुसार पहिली राष्ट्रीय क्रीडा स्पर्धा (नॅशनल गेम्स) दिल्लीत आयोजित करण्यावर शिक्कामोर्तब झाले. या स्पर्धेच्या संयोजनात आशियाई स्पर्धेप्रमाणे उत्साहाची लाट आली नाही. आशियाई स्पर्धा सरकारी पातळीवर लष्करी अधिकाऱ्यांच्या मदतीने यशस्वी झाली होती; परंतु राष्ट्रीय क्रीडा स्पर्धेची जबाबदारी एकट्या दिल्ली ऑलिम्पिक संघटनेच्या खांद्यावर होती. त्यात या स्पर्धेबाबत सर्व पातळ्यांवर निरूत्साह म्हणूनच स्पर्धा जाहीर होऊन ६ महिने झाले असताना, स्पर्धा सुरू होण्यास

काही तास बाकी असताना तांत्रिकदृष्ट्या उणिवा होत्या, सूत्रबद्ध नियोजनाचा अभाव पदोपदी जाणवत होता, खेळाडूंच्या निवासव्यवस्थेत गैरसोयी होत्या. यामुळे स्पर्धेचा बोजवारा उडाला.

खुल्या राष्ट्रीय स्पर्धांमध्ये रेल्वे, सेनादल, पोष्ट-तार-टपाल खाते या सरकारी संस्थांना प्रवेश दिला जायचा. राष्ट्रीय क्रीडा स्पर्धेत केवळ राज्य संघानाच प्रवेश देण्याचा नियम अंमलात आणण्यात आला. खुल्या राष्ट्रीय स्पर्धेची कामगिरी लक्षात घेता सर्वोत्तम आठ संघानाच राष्ट्रीय क्रीडा स्पर्धेचे द्वार खुले करून देण्यात आले. पहिल्या स्पर्धेत देशातील अव्वल खेळाडूंनी आपला सहभाग निश्चित केला होता. नोव्हेंबर १९८५ पासून या स्पर्धेचे पडघम देशभरात वाजू लागले होते.

मंगळवार, १९ नोव्हेंबर १९८५ हा दिवस देशाच्या क्रीडाक्षेत्रातील क्रांतीचा दिवस ठरला. देशातील सर्वात मोठा क्रीडा महोत्सव या दिवशी सुरू झाला. पंतप्रधान राजीव गांधी यांनी इंदिरा गांधी यांच्या शक्तिस्थळ समाधीपासून क्रीडाज्योत प्रज्वलित करून क्रीडा महोत्सवाचे औपचारिक उद्‌घाटन केले. शाक्तिस्थळापासून ते जवाहरलाल नेहरू स्टेडियमपर्यंत ज्योत वाहून नेण्यासाठी २८ दिग्गज खेळाडूंची निवड करण्यात आली होती. टेनिसपटू रमेश कृष्णन, प्रकाश पदुकोन, नंदू नाटेकर या दिग्गजांबरोबरच पुण्याची अर्जुन पुरस्काराची मानकरी कबड्डीपटू शकुंतला खटावकरचा समावेश होता. १९ नोव्हेंबरच्या संध्याकाळी राष्ट्रपती झैलसिंग यांच्या हस्ते ऐतिहासिक नवसंजिवनी मिळालेल्या पहिल्या क्रीडा स्पर्धेचे उद्‌घाटन झाले. यावेळी खेळाडूंचे संचलन, शपथविधी, क्रीडाज्यातीचे प्रज्वलन, सांस्कृतिक कार्यक्रम या ऑलिम्पिक परंपरा प्रथमच भारताच्या अंतर्गत स्पर्धेत दिसून आल्या.

देशाच्या कानाकोपऱ्यातून आलेल्या २८ राज्य संघांतील २८०० खेळाडूंचे उद्‌घाटनात सुमार संचलन झाले. महाराष्ट्राच्या संघाने शिस्तबध्द संचलन करून वाहवा मिळवली. भगव्या रंगाचे टी-शर्टस् व पांढऱ्या ट्रॅकपँट्स या पोशाखातील महाराष्ट्राचे पथक लक्षवेधी होते. या पथकाचे नेतृत्व कोणी केले असावे ओळखा पाहू. पहिल्या स्पर्धेत महाराष्ट्राचे पथकप्रमुख सुरेश कलमाडी होते. त्यांनीच राज्य संघाच्या संचलनात नेतृत्व केले. हेच कलमाडी महाशय पुढे भारतीय ऑलिम्पिक संघटनेचे अध्यक्ष होतील हे तेव्हा कोणाच्या ध्यानीमनीही नसेल. संचलनात महाराष्ट्र ऑलिम्पिक संघटनेचा ध्वज

सुवर्णकन्या पी.टी.उषा शपथ घेताना

फडकविण्याचा मान धावपटू आदिल सुमारीवाला यांना मिळाला. कुस्तीपटू सत्पाल व ॲथलिट कंवलजित संधू यांनी मुख्य ज्योतीचे प्रज्वलन केले, तर खेळाडूंच्या वतीने सुवर्णकन्या पी.टी.उषाने शपथ घेतली. सांस्कृतिक कार्यक्रमाने राष्ट्रीय क्रीडा स्पर्धेचा उद्‌घाटन समारंभ पार पडला. मात्र हा सोहळा होऊ शकला नाही. सर्वच पातळयांवर दुय्यम दर्जा दिसून येत होता. सांस्कृतिक कार्यक्रम न रंगल्याने आलेल्या मोजक्या रसिकांच्या पदरी निराशा आली होती.

उदासीन उद्‌घाटन समारंभ, निवास व्यवस्थेत गैरसोय अशा पार्श्वभूमीवर सुरू झालेल्या पहिल्या राष्ट्रीय क्रीडा स्पर्धेत मात्र मैदानात पदकांसाठी चुरस, झुंज दिसून आली. स्पर्धेत मोठया संख्येने महाराष्ट्राचे खेळाडू सहभागी झाले होते. जिद्दीने, खेळ करीत पहिल्या दिवसापासून महाराष्ट्रीयन क्रीडापटूंनी आपल्या यशाची पताका फडकावत ठेवली.

दिल्ली दरबारात महाराष्ट्राच्या पदरी कायम अपयशच आले आहे. शिवशाहीच्या काळापासून ते आजच्या २१ व्या शतकातही मराठी पाऊल दिल्लीत यशस्वी पडताना दिसत नाही; परंतु क्रीडाक्षेत्र याला १९८५ च्या वर्षात अपवाद ठरले. पहिल्या राष्ट्रीय क्रीडा स्पर्धेत महाराष्ट्राने दिल्लीतील मैदाने काबीज केली. मराठी खेळाडूंनी दिल्लीत पदकांची लयलूट केली. ५२ सुवर्ण, ४२ रौप्य व ३४ कांस्य अशी नेत्रदीपक कामगिरी महाराष्ट्राने केली.

पंजाब, दिल्लीतील तगड्या खेळाडूंना पाणी पाजत महाराष्ट्राने उज्वल यश संपादन केले. राष्ट्रीय क्रीडा स्पर्धेच्या इतिहासात महाराष्ट्राची सर्वोत्तम कामगिरी दिल्लीतच झाली. दिल्लीनंतर पुण्यातील स्पर्धेत महाराष्ट्राच्या गळयात सर्वसाधारण विजेतेपदाची माळ पडली तरी राजधानीत मिळालेले अभूतपूर्व यश पुन्हा पाहण्यास मिळाले नाही.

दिल्लीत सर्वसाधारण विजेतेपद महाराष्ट्राने मिळवले. परंतु या यशामध्ये दुधात साखर पडावी असा योगच जुळून आला होता. स्पर्धेतील सर्वोत्तम महिला व पुरूष क्रीडापटूंचे मानकरी महाराष्ट्रीयन खेळाडू ठरले. जलतरणपटू रेझा शिरासी व सायकलिंग खेळाडू जस्मीन अर्थेना यांनी सर्वाधिक पदके जिंकून स्पर्धा गाजविली. रेझाने ६ सुवर्णपदके तर जस्मीनने २ राष्ट्रीय विक्रमांसह ४ पदके जिंकून सर्वोत्कृष्ट खेळाडूचा बहुमान मिळविला.

दिल्ली राष्ट्रीय क्रीडा स्पर्धेत सांघिक आणि वैयक्तिक क्रीडाप्रकारातही महाराष्ट्राने धवल यश संपादन केले. तालकोटरा जलतरण तलावातील शर्यती गाजविल्या त्या रेझाने. पाच दिवस चाललेल्या स्पर्धेत संस्मरणीय यश महाराष्ट्रच्या खेळाडूंभोवतीच फिरत राहिले. रेझाने अवघ्या १६ व्या वर्षी मिळवलेले यश हे चर्चेचा विषय ठरले होते. रेझाने केवळ पदकेच जिंकली नाहीत, तर नवे राष्ट्रीय विक्रम प्रस्थापित करून आपले वर्चस्व दाखवून दिले. २०० व ४०० मीटर फ्रीस्टाईल तसेच ४०० मीटर वैयक्तिक मेडले शर्यतील रेझाने नवे राष्ट्रीय विक्रम नोंदवले. याशिवाय २०० मीटर बटरफ्लाय व ४ बाय१०० मीटर फ्रीस्टाईल रिले शर्यतीत रेझाने बाजी मारली. पुरुषांमध्ये अव्वल कामगिरी करत रेझा सर्वोकृष्ट खेळाडूंचा मानकरी ठरला.

जलतरणात महाराष्ट्राने निर्विवाद वर्चस्व गाजवले. सर्वाधिक पदकांच्या जलतरण शर्यतीत १०२ पैकी २९ प्रकारांमधील २१ सुवर्ण, ९ रौप्य व १० कास्य अशी एकूण ४० पदके महाराष्ट्राच्या नावावर होती. या यशाचा हिरो होता मुंबईचा रेझा शिरासी. जलतरणातील पुरुषांइतकीच सरस कामगिरी मराठी जलपरीनी केली. सर्वाधिक वेगवान जलतरणपटूचा मान अनिता सूदने पटकाविला. रेझाप्रमाणेच अनिताने अर्धा डझन पदकांची कमाई केली. अनिताची बहीण कविता, गौरव कपूर, मिलींद सोमण, सोनाली रेगे, सोनल नानवरी या जलतरणपटूंनी राज्यासाठी सुवर्णपदकांच्या मार्गानेच चालणे पसंत केले जलतरणात महाराष्ट्राने कमावलेले यश पाहून त्यावेळचे राज्यपाल

प्रभाकर राव प्रभावित झाले होते. खेळाडूंचे अभिनंदन करण्यासाठी रावसाहेब थेट प्रेक्षक गॅलरीत जात व विजेत्यांशी गप्पा मारत.

एकीकडे तालकोटरा जलतरण तलावावर राष्ट्रीय विक्रमासह महाराष्ट्राचा रेझा शिरासी तर दुसरीकडे इंद्रपस्थ स्टेडियमधील वेलोड्रॅम जस्मीन अर्थेना ही युवती गाजवीत होती. जलपरी अनिता सूदपेक्षा जस्मीनने दोन सुवर्णपदके कमी जिंकली तरी तिला देशातील सर्वोकृष्ट खेळाडूचे पारितोषिक मिळाले ते तिच्या दोन राष्ट्रीय विक्रमांच्या जोरावरच. १००० मीटर स्प्रिंट व १००० मीटर टाइम ट्रायलमध्ये जस्मीनने नवा विक्रम प्रस्थापित करण्याचा पराक्रम केला. ज्युनियर आशियाई स्पर्धेत कांस्यपदक जिंकलेल्या जस्मीनने सिनियर गटात खेळताना अनपेक्षित कामगिरी नोंदवून सर्वांचीच वाहवा मिळवली. सायकलिंगमध्ये आंध्र प्रदेशच्या संघाने प्रशिक्षकांना मारहाण केल्याने स्पर्धेवर बहिष्कार घातल्याने पंजाब संघाने विजेतेपद सहजपणे खिशात घातले.

स्पर्धेत अपेक्षेप्रमाणे ॲथलेटिक्सच्या शर्यती चुरशीच्या झाल्या. महाराष्ट्राचा आलिम्पिकपटू आदिल सुमारीवाला स्पर्धेत वेगवान धावपटू ठरेल अशी खात्री होती. ९ वेळा राष्ट्रीय विजेता असणऱ्या आदिलने १०० मीटर शर्यतीत कौशल्य दाखवून आपले वर्चस्व कायम राहणार हे दाखवून दिलेही. पण क्षणभरच. १०.७ सेकंदास सुमारीवाला यांच्यासह आंध्रच्या धावपटूने शर्यत पूर्ण केली. शर्यत संपल्यानंतर विजेत्याच्या थाटात सुमारीवाला यांच्या सहकाऱ्यांनी त्यांचे अभिनंदन केले. थोड्याच वेळात फोटो फिनिशिंगच्या निकाल जाहीर झाला आणि आंध्रच्या राम रेडीला वेगवान धावपटू म्हणून घोषित करण्यात आले. शेवटच्या काही दशांश सेकंदात त्याने सुमारीवाला यांना मागे टाकले होते.

महिलांमध्ये अपेक्षेप्रमाणे जाकार्ता आशियाई स्पर्धा गाजविणारी पी.टी.उषा पुन्हा एकदा सुवर्णकन्या बनली. सर्वाधिक वेगाची १०० मीटर शर्यतीसह ४०० मीटर धावणे व ४०० मीटर हर्डल शर्यतीत उषाने देदीप्यमान यशाची हॅटट्रिक केली. या यशामुळे रेल्वे बोर्डाने उषाला दिल्लीतच मारूती मोटार भेट देण्याची घोषणा केली. आदिल सुमारीवाला खेरीज एकही महाराष्ट्रीयन ॲथलेटिक्स खेळाडू सुवर्णपदकाच्या जवळपास जाण्याची कामगिरी करू शकला नाही. पहिल्या स्पर्धेत विजेतेपद जिंकणाऱ्या महाराष्ट्राच्या संघातील एकही खेळाडू ॲथलेटिक्समध्ये सुवर्णपदकापर्यंत मजल मारू शकला नाही.

मराठमोळ्या कबड्डी खेळात महाराष्ट्राच्या पराभवाची शोकांतिका पहिल्या स्पर्धेपासून सुरू आहे. अंतिम फेरी गाठेपर्यंत महाराष्ट्राच्या संघ वाघ असतो; परंतु नेमक्या विजेतेपदाच्या लढतीत संघाची पीछेहाट होती. नॅशनल स्टेडियमवर चुरशीच्या लढतीनंतर कबड्डीत महाराष्ट्राच्या पुरूष व महिला या दोन्ही संघांनी अंतिम सामन्यात नांगी टाकली. एकजुटीचा व योग्य समन्वयाचा अभाव असल्याने पुरूष संघाला पंजाबकडून २३-६७ तर महिला संघास पश्चिम बंगालला २७-३३ असा नामुष्कीजनक पराभव पत्करावा लागला. ही स्पर्धा पाहण्यास त्यावेळचे आशियाई कबड्डी महासंघाचे अध्यक्ष शरद पवार उपस्थित होते. पवारांच्या डोळ्यादेखत महाराष्ट्राला पराभूत व्हावे लागले; मात्र यानंतर याच मैदानावर महाराष्ट्राच्या दोन्ही खो-खो संघांनी मैदान गाजवून आपली मक्तेदारी प्रस्थापित केली. खो-खोमध्ये पुरूष संघाने गुजरातला हरवून ११-६ तर महिलांनी कर्नाटकला ११-३ गुणांनी नमवून राष्ट्रीय क्रीडा स्पर्धेत सुवर्णपदक जिंकण्याची नवी परंपरा सुरू केली. ही परंपरा पुढे ४ स्पर्धांपर्यंत कायम होती.

राष्ट्रीय क्रीडा स्पर्धेत महाराष्ट्राची कबड्डी व खो-खो खेळाची कामगिरी आशादायक तरी होती; मात्र लाल मातीतील मल्लांनी या स्पर्धेत कायम निराशाच केली आहे. कर्नेलासिंग स्टेडियममध्ये झालेल्या कुस्ती स्पर्धेत दिल्लीने निर्विवाद वर्चस्व गाजवले. १०० किलोवरील गटात महाराष्ट्राच्या दत्तात्रय शिंदेने अंतिम फेरी गाठून मोठ्या आशा निर्माण केल्या होत्या; परंतु पंजाबच्या सनी गीतने शिंदेचे सुवर्णपदकाचे स्वप्न उद्‌ध्वस्त केले. तो रूपेरी पदकाचा हक्कदार ठरला. कुस्तीत २ रौप्य, ६ कांस्य पदकावरच महाराष्ट्राला समाधान मानावे लागले. कुस्ती क्रीडाप्रकाराच्या क्रमवारीत महाराष्ट्र संघ पाचव्या स्थानावर फेकला गेला.

महाराष्ट्राच्या नेमबाजांनी देशांतर्गत स्पर्धेत नेहमीच चमकदार कामगिरीचे प्रदर्शन घडवले आहे. दिल्ली स्पर्धेत १० पेक्षा अधिक पदके महाराष्ट्राच्या नेमबाजांनी जिंकून राज्याला सर्वसाधारण विजेतेपदावर नेण्यास मोलाचा हातभार लावला. आजपर्यंत झालेल्या ८ राष्ट्रीय क्रीडा स्पर्धांत नेमबाजांनी महाराष्ट्राची मान कायम उंचावत ठेवली आहे. नेमबाजीत महाराष्ट्राच्या खेळाडूंच्या नावावर एक जगावेगळा विक्रमही नोंदवला गेला. दिल्ली, केरळ, पुणे, बेंगलोर, इम्फाळ व पंजाब, हैदराबाद येथे झालेल्या ७ स्पर्धांत अशोक

पंडित पदकविजेता खेळाडू ठरले आहे. शीला कांनुगो पहिल्या पाच स्पर्धांमध्ये पदके जिंकणारी एकमेव महिला नेमबाज आहे.

बास्केटबॉल सारख्या वेगवान खेळात पुरूषांना लाजविणारे यश महाराष्ट्राच्या महिलांनी पहिल्या स्पर्धेपासून मिळविले आहे. सुवर्ण किंवा रौप्य पदक जिंकूनच मराठी महिला महाराष्ट्रात परतल्या आहेत. दिल्लीत साखळी फेरीमध्ये २ सामने जिंकून महाराष्ट्र व पंजाब संघाने ४-४ अशी बरोबरी साधली आहे. यामुळे सुवर्णपदकाचा निर्णय एकूण नोंदविलेल्या गुणांच्या सरासरीवर घेण्यात आला. येथे पंजाबने आघाडी घेत सुवर्णावर हक्क प्रस्थापित केला. महाराष्ट्राला रौप्य पदकावर समाधान मानून घ्यावे लागले. केरळचा संघ कास्य पदकाचा मानकरी ठरला. फुटबॉलमध्ये पुरूष संघाने अंतिम फेरी गाठून राज्याचे पदक निश्चित केले खरे, मात्र ते यश सोनेरी बनू शकले नाही. अनुभवाच्या अभावी पंजाबने ३-० गोलने महाराष्ट्राचा एकतर्फी पराभव केला. हॉकीत चुरशीची लढत देऊनही महाराष्ट्राचे खेळाडू दिल्ली संघास सुवर्णपदकापासून रोखू शकले नाहीत. ३-५ अशा गोलने महाराष्ट्र अंतिम फेरीत पराभूत झाला. मात्र हॅन्डबॉलमध्ये महाराष्ट्राच्या महिला खेळाडूंनी अनपेक्षितपणे बाजी मारली. ११-१० असा निसटता विजय मिळवून महाराष्ट्र महिला संघाने सुवर्णपदक खेचून आणले. या लढतीतही महाराष्ट्रासमोर पंजाब होता. परंतु आपल्या संघाने बास्केटबॉल, फुटबॉलप्रमाणेच पराभवाचा कित्ता गिरविला नाही हेही नसे थोडके!

भारताच्या टेनिस संघाचे प्रशिक्षकपद भूषविलेले पुण्याचे नंदन बाळ यांनी १९८० च्या दशकात आपल्या रॅकेटची करामत टेनिस कोर्टवर गाजविली आहे. टेनिसमध्ये महाराष्ट्राचे नंदन बाळ यांच्या खेळामुळे सांघिक तसेच एकेरीतील पदकही राज्याच्या खात्यात जमा होऊ शकले. पुरूषांच्या टेनिसमध्ये महाराष्ट्र व बंगाल या दोन राज्यातच सुवर्ण किंवा रौप्य पदकासाठी तळयात -मळयातील खेळ पाहण्यास मिळाला. महिला संघाने पुरूष संघाच्या पावलावर पाऊल ठेवत सांघिक सुवर्णपदक कमावले. टेनिसबरोबर टेबल टेनिस प्रकारात महाराष्ट्राची विजयी पताका फडकत राहिली. एकेरीतच पुरूष व महिला या दोन्ही गटातील जेतेपद अनुक्रमे कमलेश मेहता व शोभा पारीख यांनी मिळवले. सांघिक प्रकारातही महिलांनी बाजी मारली. ती सुवर्णपदकाची तर पुरूष संघाने रौप्यपदक मिळवले.

राष्ट्रीय क्रीडा स्पर्धा दिल्ली १९८५

	संघ	सुवर्ण	रौप्य	कांस्य	एकूण
१	महाराष्ट्र	५२	४२	३४	१२८
२	पंजाब	३३	२५	३५	९३
३	दिल्ली	२८	१६	१८	६२
४	मध्यप्रदेश	२०	०९	१२	४१
५	प. बंगाल	१९	२९	३२	८०
६	कर्नाटक	१७	२३	२६	६६
७	हरियाणा	१६	१५	१४	४५
८	उत्तरप्रदेश	१३	१४	१५	४२
९	केरळ	१२	१६	०६	३२
१०	तामिळनाडू	११	११	१७	३९

सुवर्णपदकाच्या जवळपास जाण्याची कामगिरी महाराष्ट्राच्या खेळाडूंनी जवळजवळ सर्व क्रीडाप्रकारात केली. जिम्नॅटिक्स, गोल्फ, रोईंग या प्रकारातील महाराष्ट्राच्या नावापुढे सुवर्ण, रौप्य पदके होती. जलतरणपटूंनी पहिल्या दिवसापासून सुरू केलेले पदक जिंकण्याचे अभियान खो-खो मधील सुवर्णपदकापर्यंत कायम राहिले. नियोजनबध्द प्रयत्न, राज्य संघटनेने भरविलेली सराव शिबिरे व खेळाडूंनी राज्यासाठी दाखवलेली जिद्द या सर्व बाबींमुळे नोव्हेंबर १९८५ च्या शेवटच्या आठवड्यात जय महाराष्ट्राच्या घोषणांनी दिल्ली दुमदुमली होती. प्रत्येक मैदानावर महाराष्ट्रीयन खेळाडूंच्या यशाची पावले उमटली होती. ९०६ गुणांची भरघोस कमाई करून महाराष्ट्राने सर्वसाधारण विजेतेपद पटकावले. ६८५ गुण मिळवणाऱ्या पंजाबला दुसरे तर ५३९ गुणांपर्यंत मजल मारणाऱ्या पश्चिम बंगालला तिसरे स्थान प्राप्त झाले.

उद्घाटनाप्रमाणेच स्पर्धेचा समारोप निरुत्साही वातावरणात पार पडला. केंद्रीय मानवविकास मंत्री नरसिंह राव यांच्या उपस्थितीत पहिल्या राष्ट्रीय क्रीडा स्पर्धेची सांगता झाली. यावेळी अमरावतीच्या हनुमान व्यायाम प्रसारक

मंडळाच्या चमूने स्वागतगीत गाऊन पाहुण्यांचे स्वागत केले. सर्व साधारण विजेतेपदाची ढाल महाराष्ट्राच्या संघाचे पथक प्रमुख सुरेश कलमाडी यांनी स्वीकारली. स्पर्धेत सर्वोत्तम ठरलेले रेझा शिरासी व जस्मिन अर्थेना यांना सुझुकी मोटारसायकल भेट देऊन गौरविण्यात आले. यापेक्षा मोलाचे बक्षीस या विजेत्यांना मिळाले व आंतरराष्ट्रीय ऑलिम्पिक समितीचे अध्यक्ष समारांच यांच्याकडून. त्यांनी ऑलिम्पिक संघटनेचे स्मृतिचिन्ह पाठवले होते. बक्षीस समारंभानंतर हॉर्स जंम्पिंगचा रटाळ कार्यक्रम झाला. क्रीडाज्योत मावळण्यात आली आणि पहिल्यावहिल्या राष्ट्रीय क्रीडा स्पर्धेचे सूप वाजले. संयोजकांनी त्रुटीवर मात करत कशीबशी देशातील सर्वात मोठी स्पर्धा उरकली होती. ही स्पर्धा देशाच्या क्रीडाक्षेत्रात क्रांती घडविण्यासाठी मैलाचा दगड ठरली.

पेशव्यांच्या काळात रघुनाथराव पेशवे यांनी दिल्ली काबीज करून अटकेपार झेंडा फडकविला होता. यानंतर १९८५ साली प्रथमच दिल्ली दरबारात महाराष्ट्राच्या यशाचे पोवाडे ऐकण्यास मिळाले होते. या यशाचे कौतुक सर्वप्रथम राज्यपाल प्रभाकर राव यांनी दिल्लीतील महाराष्ट्र सदनापुढे केले. मात्र दिल्लीतील या समारंभास अनिता सूद वगळता महाराष्ट्राचा एकही पदकविजेता खेळाडू फिरकला नाही. तथापि मुंबईत राज्यपाल महोदयांनी खास गौरव समारंभ आयोजित केला तेव्हा अनेक पदकविजेते उपस्थित राहिले. या समारंभाचे प्रक्षेपण दूरदर्शनवरून दाखविण्यात आले होते. महाराष्ट्राने सुवर्णमय यश मिळविण्याने पुढील दुसरी स्पर्धा मुंबईत घेण्यासाठी महाराष्ट्राकडून सुरेश कलमाडी यांनी निमंत्रण दिले. कलमाडींचे राजकीय वजन कमी पडले व निसर्गरम्य केरळमध्ये दुसरी स्पर्धा भरविण्यासाठी शासनाने हिरवा कंदील दर्शविला.

 केरळ .... केरळ

जकार्तातील आशियाई क्रीडा स्पर्धा गाजवून पी.टी. उषा साऱ्या देशाची भूषण ठरली होती. १९८६ मधील एशियाड स्पर्धेत चार-चार सुवर्णपदकांचा इतिहास घडवणारी केरळची सुपुत्री अवघ्या देशाची सुवर्णकन्या बनली होती. उषाच्या या अभूतपूर्व यशाने केरळच्या क्रीडाक्षेत्रात नवे चैतन्य निर्माण झाले. केरळ ऑलिम्पिक संघटनेच्या राष्ट्रीय क्रीडा स्पर्धा भरविण्याच्या मागणीला जोर मिळाला. देशाच्या दक्षिण भागात मोठा उपक्रम राबविण्याची केंद्र शासनाची योजना होती. यामुळेच केंद्राने या प्रस्तावास तत्परतेने हिरवा कंदील दर्शविला.

डिसेंबर १९८७ मध्ये केरळमध्ये दुसरी राष्ट्रीय क्रीडा स्पर्धा आयोजित करण्याची घोषणा भारतीय ऑलिम्पिक संघटनेने सहा महिने अगोदर केली. या घोषणेने हरित केरळच्या संयोजकात उत्साहाची लाटच उसळली. ही लाट स्पर्धेच्या समारोपापर्यंत प्रकर्षाने जाणवत होती. येथेच या स्पर्धेच्या संस्मरणीय आयोजनाची नांदी अधोरेखित झाली होती. निसर्गसंपन्न केरळ राज्यात २० ते २८ डिसेंबरपर्यंत होणाऱ्या देशातील सर्वात मोठ्या स्पर्धेसाठी १० कोटी रुपयांचे अंदाजपत्रक तयार करण्यात आले होते. केंद्र शासनाचा आर्थिक हातभार नसताना केवळ खेळांच्या प्रेमापोटी केरळसारख्या लहानशा राज्याने स्पर्धेचे शिवधनुष्य पेलण्याचे आव्हान स्वीकारले होते.

राष्ट्रीय क्रीडा स्पर्धेच्या निमित्ताने नवे क्रीडासंकुल बांधण्यात येते. एकाच ठिकाणी जास्त खेळांच्या स्पर्धा व्हाव्यात हा यामागचा उद्देश असतो; परंतु केरळमध्ये आहे त्याच क्रीडा मैदानाचे नूतनीकरण करून स्पर्धा भरविण्याचे ठरले. यामुळे एकाच ठिकाणी स्पर्धा न होता. राज्यात ७ वेगवेगळ्या शहरात खेळविण्यात आली. राष्ट्रीय क्रीडा स्पर्धा एक किंवा दोन ठिकाणी भरवावी, मात्र केरळसाठी हा नियम बाजूला ठेवण्यात आला. त्रिवेंद्रमसह कोल्लम, कोचीन, अलेप्पी, त्रिचुर, कालिकत, कन्नुर अशा ७ शहरात स्पर्धा घेण्यात आली. १२ खेळांसाठी ६००० च्या घरात खेळाडू, प्रक्षिक्षक, पदाधिकारी देशाच्या सर्वोत्तम क्रीडा सोहळ्यात सहभागी झाले. दिल्लीतील पहिल्या स्पर्धेपेक्षा दुप्पट संख्येने खेळाडूंनी भाग घेतला.

स्पर्धेसाठी संपूर्ण साक्षरतेसाठी देशात नावाजल्या जाणाऱ्या केरळ राज्याने ६ महिने जय्यत तयारी केली होती. स्पर्धेचे बोधचिन्ह असलेल्या राजू हे वाघाचे प्रतिक राज्यात सर्वत्र खेळाडूंचे लक्ष वेधून घेत होते. जणू राजू खेळाडूंच्या स्वागतासाठी रस्त्यावर उतरला होता. केरळ स्पर्धेत दिल्लीसारखी उदासिनता नव्हती. सरकारी यंत्रणेबरोबरच क्रीडा संघटक अविश्रांत कष्ट घेत होते. या स्पर्धेबाबत सामान्य जनतेमध्येही कमालीची उत्सुकता होती. उद्घाटनासाठी तिकिटे मिळविण्यासाठी लांबच्या लांब रांगा लागलेल्या पाहिल्यानंतर स्पर्धेच्या यशाची खात्री झाली होती. पावसाळी वातावरणाला न जुमानता हजारो क्रीडाशौकिनांनी राष्ट्रीय क्रीडा स्पर्धेच्या उद्घाटन सोहळ्यासाठी रंगीत तालमीस अभूतपूर्व प्रतिसाद दिला होता.

नियोजित कार्यक्रमानुसार ॲथलेटिक्सच्या मुख्य स्टेडियमवर उद्घाटन होणार होते; परंतु उद्घाटन समारंभाचे २५ शृंगारलेले हत्ती हे प्रमुख आकर्षण होते. या हत्तीच्या प्रवेशासाठी मुख्य स्टेडियमची भिंत पाडावी लागणार होती. यामुळे केरळ विद्यापीठाच्या मैदानावर उद्घाटन समारंभ घेण्याचे ऐनवेळी ठरले. या समारंभास तात्पुरती गॅलरी उभी करण्यात आली होती. राष्ट्रपती आर. व्यंकटरमण यांच्या हस्ते उद्घाटन समारंभावर पूर्णपणे केरळच्या पारंपरिक कलाविष्काराचा ठसा होता. संगीत लोकनृत्यांनी समारंभास प्रारंभ झाला.

नंतर शृंगारलेले २५ हत्ती व त्यांच्यावरील रंगीबेरंगी छत्र्या घेतलेले केरळी पोषाखातील माणसे मैदानात आली. पाठोपाठ खेळाडूंचे संचलन सुरू झाले व सारे वातावरणच क्रीडामय बनून गेले.

गतवेळच्या दिल्ली स्पर्धेत विजेतेपद पटकाविणाऱ्या महाराष्ट्र संघास संचलनाचे नेतृत्व करण्याचा मान मिळाला होता. इंग्रजी आद्याक्षरानुसार २६ संघांचे शानदार संचलन झाले. शेवटी पी.टी. उषाच्या नेतृत्वाखाली यजमान केरळचा संघ मैदानात येताच टाळ्यांच्या पाऊस पडला. कोणत्याही राष्ट्रीय स्पर्धेमध्ये संचलनासाठी सेनादल अथवा पोलीसदलाचे बँडपथक असते; परंतु केरळमध्ये राज्याच्या पारंपारीक वाद्यवृंदांच्या तालावर देशाच्या कानाकोपऱ्यातून आलेल्या खेळाडूंनी शिस्तबद्ध संचलन केले. ऑलिम्पिकपटू सुरेशबाबू व गोपिनाथ यांच्या हस्ते क्रीडाज्योतीचे प्रज्वलन करण्यात आले तर खेळाडूंच्या वतीने पी.टी. उषाने शपथ घेतली. औपचारिक उद्घाटनानंतर विविध राज्यांच्या कलाकारांचा सांस्कृतिक कार्यक्रम रंगला. यामध्ये महाराष्ट्राच्या कोळीनृत्याच्या समावेश होता. निसर्गरम्य केरळमध्ये झालेल्या उद्घाटन समारंभात सर्वत्र नैसर्गिकता होती. त्यात कोणत्याही प्रकारचा कृत्रिमपणा नव्हता. सर्व उत्स्फूर्त होते. इतर स्पर्धांच्या उद्घाटनप्रसंगी फटाक्याची आतीषबाजी केली जाते, हवेत लहान मोठे फुगे तसेच कबुतरेही उडविण्यात येतात. मात्र या सर्व प्रथांना केरळच्या संयोजकांनी विश्रांती दिली. उद्घाटन केरळी संस्कृतीचे मनोज्ञ दर्शन घडवित राष्ट्रीय एकात्मतेचा धागा गुंफण्यात आला होता.

शानदार उद्घाटनानंतर दमदार कामगिरीचे प्रदर्शन केरळच्या ७ शहरात दिसून आले. गतवेळच्या दिल्ली स्पर्धेमध्ये सर्वसाधारण विजेतेपद पटकविणाऱ्या महाराष्ट्र संघाची केरळ स्पर्धेत प्रारंभीची कामगिरी खूपच निराशाजनक होती. पहिले तीन दिवस तर महाराष्ट्राच्या नावापुढे एकही सुवर्णपदकाची नोंद नव्हती. चौथ्या दिवसापासून राज्याच्या जलतरणपटूंनी उल्लेखनीय कामगिरी करून महाराष्ट्राला समाधानकारक यश मिळवून दिले. मराठमोळ्या कबड्डी, खो-खो, कुस्ती या प्रकारात महाराष्ट्राचे तीन-तेरा वाजले; परंतु महिला बास्केटबॉल, हॉकी, संघाचे सांघिक खेळातही महाराष्ट्राची विजयी पताका फडकवत ठेवली. राज्यासाठी पदक जिंकणाऱ्यांमध्ये महिला खेळाडूंचा वाटा सिंहाचा होता. महाराष्ट्रासाठी स्पर्धा गाजविली ती साताऱ्याच्या नंदा जाधवने. सलग तीन

शर्यती जिंकून दैदीप्यमान यशाची हॅटट्रिक नंदाने केली. स्पर्धेत बाजी मारली ती यजमान केरळ संघाने यजमान राज्याने सर्वसाधारण विजेतेपद मिळविण्याची परंपरा केरळ स्पर्धेपासून सुरू झाली.

त्रिचुरमध्ये नव्याने बांधण्यास आलेल्या जलतरण तलावात रूमानसिंग, गौरव कपूर, रेझा शिरासी आणि अनिता सूद या अव्वल जलतरणपटूंच्या अनुपस्थितीत चुरशीच्या शर्यती झाल्या, अनपेक्षितपणे डझनभर नवे स्पर्धा विक्रम प्रस्थापित झाले. दिल्लीप्रमाणे केरळच्या जलतरण तलावावर महाराष्ट्राला आपली मक्तेदारी प्रस्थापित करता आली नाही. तरीही पल्लवी शेट्टी व सोनाली रेगेने राज्यासाठी कौतुकास्पद कामगिरीची नोंद केली. पल्लवी शेट्टीने २०० मीटर फ्रीस्टाईल स्पर्धेत अनुभवी बुला चौधरीला मागे टाकत नव्या राष्ट्रीय विक्रमासह सुवर्णपदक जिंकले. पाठोपाठ पल्लवीने १०० मीटरची शर्यतही जिंकून वेगवान महिला जलतरणपटूचा मान मिळवला. सोनाली रेगेने १००, २०० मीटर बेस्ट स्ट्रोकमध्ये चमकदार कामगिरी करून जलतरणात राज्याचा सर्वाधिक पदके मिळवून देण्यात मोलाचा वाटा उचलला. गत स्पर्धेतील सर्वोत्कृष्ट खेळाडू रेझा शिरासी व अनिता सूदची अनुपस्थिती महाराष्ट्राला या स्पर्धेत प्रकर्षाने जाणविली. अनिताच्या अनुपस्थितीच्या फायदा उठवत बंगालच्या बुला चौधरीने सर्वाधिक पदके जिंकली. स्वत:ची कारकीर्द नव्याने सुरू करण्यासाठी चौधरीला ही स्पर्धा मैलाचा दगड ठरली. ५ सुवर्ण, ३ कास्य पदके शिवाय ३ राष्ट्रीय विक्रम असे घवघवीत यश चौधरीने मिळवले. पुरुषांमध्ये केरळचा आंतरराष्ट्रीय खेळाडू विल्सन चेरियन देशातील सर्वोत्तम बॅकस्ट्रोक पोहणारा खेळाडूही बनला. जलतरणातील स्वतंत्र भाग असलेल्या वॉटरपोलोत महाराष्ट्राने कमाल केली. अव्वल साखळी गटातील सर्व सामने जिंकून दिल्लीत हुलकावणी दिलेले सुवर्णपदक

बुला चौधरी

महाराष्ट्राने खेचून आणले. पुण्याच्या संजय करंदीकरच्या नेतृत्वाखाली शेवटी यजमान केरळचा ११-८ गोलांनी पराभव करून महाराष्ट्राने वॉटरपोलोतील सोने प्रथमच लुटले.

केरळच्या राष्ट्रीय क्रीडा स्पर्धेत चर्चा होती ती सुवर्णकन्या पी.टी. उषाच्या कामगिरीची. मात्र गुडघा दुखत असल्याने उषा ट्रॅकवर उतरलीच नाही. उषाच्या अनुपस्थिती केरळच्या शायनी अब्राहमने २००, ४००, ८०० मीटर लघु अंतराच्या शर्यती जिंकल्या. महाराष्ट्रासाठी खऱ्या अर्थाने स्पर्धा गाजविली ती ग्रामीण भागातून आलेल्या नंदा जाधवने. दीर्घ पल्ल्याच्या १५,०००, ३००० व १०,००० मीटर अशा सलग तीन शर्यत जिंकून २० वर्षीय नंदा जाधव महाराष्ट्राची सुवर्णकन्या बनली. १५००, ३००० मीटर शर्यतीत तर नंदाने नवा स्पर्धा विक्रम प्रस्थापित केला. परंतु नंदाचे हे यश इतर राज्यातील ॲथलेटिक्स मार्गदर्शकांच्या डोळ्यात खुपत होते. त्यांनी तिच्यावर पुरुषी असल्याचा खोटा आरोप केला. अशावेळी महाराष्ट्राचे पदाधिकारी तिच्या पाठिशी उभे राहिले नाही हे दुर्दैवच. अनवाणी पायाने पळणारी नंदा तिच्या दुर्दैवी निधनानंतरही ती मराठी खेळाडूच्या मनात घर करून बसली आहे.

केरळच्या काळ्यासावळ्या धावपटूंनी त्रिवेंद्रमचे ॲथलेटिक्स मैदान आपल्या विजयाने दणाणून सोडले, तरी १०० मीटर शर्यंत जिंकून देशातील वेगवान पुरुष व महिला धावपटूचा मान परराज्यातील खेळाडूंनी मिळविला. कर्नाटकचा आनंद शेट्टी व बंगालची रेषा चौधरी वेगवान धावपटू ठरते. मात्र पी.टी. उषाच्या अनुपस्थितीही स्पर्धेवर केरळी खेळाडूंचीच छाप पडली. दिल्लीनंतर केरळतही ॲथलेटिक्समध्ये महाराष्ट्र खूपच मागे राहिला. नंदा जाधव खेरीज एकही धावपटू सुवर्णपदकापर्यंत मजल मारू शकला नाही. ४०० मीटर शर्यतीत राज्याच्या वंदना शानबागने शापनी अब्राहमशी चुरशीची लढत देत रौप्यपदक कमावले. चार दिवस चाललेल्या ॲथलेटिक्स स्पर्धेत प्रेक्षकांचा अभूतपूर्व प्रतिसाद लाभला. केरळमध्ये नवी क्रीडा संस्कृती निर्माण होण्याची ही चाहूल होती. परंतु उषा मैदानात धावली नसल्याची रूखरूख केरळी प्रेक्षक लपवू शकले नाहीत.

स्पर्धेचे पहिले तीन दिवस महाराष्ट्र सुवर्णपदकापासून वंचित होता. अखेर २४ डिसेंबर वेटलिफ्टर सी.एस. साहूने ६७.५ वजनी गटात राज्यासाठी पहिले

सुवर्णपदक जिंकले. जर्कमध्ये १५२.५ वजन उचलून साहूने नवा स्पर्धा विक्रमही नोंदविला. वेटलिफ्टिंगमध्ये तामिळनाडूने पहिल्या दिवसापासून यशाचा आलेख चढता ठेवला. वेटलिफ्टरच्या सोनरी यशामुळे तामिळनाडू सुरूवातीचे ३ दिवस पदकतक्तात अव्वल होता. वेटलिफ्टिंगमध्ये पुरुषापेक्षा महिलांनी ठसा उमटविला. कुंजराणी देवी हे नवे क्रीडारत्न या स्पर्धेपासून चमकू लागले. स्पर्धा विक्रमामध्ये महिलांनी पुरुषांना मागे टाकले.

प्रमुख खेळाडूंच्या अनुपस्थितीमध्ये टेनिस स्पर्धेचे औत्सुक्य स्पर्धेपूर्वीच संपुष्टात आले होते. कोलकात्यातील राष्ट्रीय टेनिस स्पर्धा याच कालावधीत सुरू होणार होती. यामुळे गतवेळेचे महाराष्ट्र, पश्चिम बंगाल व आंध्र प्रदेशचा विजेत्यांनी स्पर्धेकडे पाठ फिरवली. या संघांनी दुसऱ्या फळीतील टेनिसपटूंना स्पर्धेसाठी पाठविले नाही. आपला प्रवेश ऐनवेळी रद्द केला. महिला टेनिसमध्ये केरळ संघाशिवाय एकही संघ नसल्याचे महिला टेनिस स्पर्धा रद्द करावी लागली. पुरुषांच्या स्पर्धेत महाराष्ट्र, बंगालच्या गैरहजरीत तामिळनाडूच्या गळ्यात विजयाची माळ पडली. टेनिसमध्ये दिग्गज खेळाडूंनी पाठ फिरवली तर बॅटमिंटन कोर्टमध्ये ऑल इंग्लंड विजेता प्रकाश पदुकोन आकर्षण होता. केरळच्या जॉर्ज थॉमसविरूद्ध पदुकोनची अंतिम लढत होती. हा सामना पाहाण्यासाठी हजारो क्रीडा शौकिन हजर होते. पहिला गेम संघर्षपूर्ण झाला. नंतर अनुभवी पदुकोनने सामना सहज खिशात घातला तर दुसरीकडे महिलांच्या एकेरीत महाराष्ट्राच्या अर्चना देवधरने चमकदार कामगिरी करून सुवर्णपदक जिंकले. ज्युनिअर राष्ट्रीय स्पर्धा गाजविणाऱ्या अर्चनाने सिनीयर स्पर्धेत आपले वर्चस्व दाखवून महाराष्ट्राची शान उंचविली.

मराठमोळ्या कबड्डी, कुस्ती, खो-खो खेळात महाराष्ट्राला पुन्हा एकदा पराभवाला सामोरे जावे लागले. कबड्डीतील महाराष्ट्राची मक्तेदारी उत्तरेकडील राज्यांनी संपुष्टात आणली. महिला कबड्डी संघाने अंतिम फेरी गाठून आशा उंचविल्या होत्या. मात्र कचखाऊ वृत्तीने पुन्हा दर्शन घडविले. ४३-४९ असे ५ गुणांनी महिलांना पराभव स्वीकारावा लागला. पुरुषांनी तर लाजिरवाणी कामगिरी केली. आपला संघ कांस्यपदकही मिळवू शकला नाही. तिसऱ्या स्थानासाठी झालेल्या लढतीत महाराष्ट्राला दिल्लीने ४७-३५ गुणांनी पाणी पाजले. खो-खो पुरुष संघाने आपला अजिंक्य किल्ला अबाधित राखला. कर्नाटकशी दोन हात करताना १३-१० ने महाराष्ट्राने सलग दुसऱ्या स्पर्धेत

सुवर्णपदक विजेता महाराष्ट्राचा महिला हॉकी संघ

सुवर्णपदक पटकावले. महिला संघाला अंतिम लढतीत पराभवच पहाणे नशिबी आले. पश्चिम बंगालने महाराष्ट्राचे अव्वल यश अवघ्या २ गुणांनी हिरावून घेतले. महिला कबड्डी, खो-खो संघाने अंतिम फेरीत पराभूत होणे तर पुरुष खो-खो संघाने सुवर्णपदक जिंकणे ही नवी परंपरा केरळपासून निर्माण झाली. ती खुल्या राष्ट्रीय स्पर्धेतही अनेक वर्षे कायम होती. कुस्तीत एकट्या मधुकर मोरेने पदक जिंकले. बाकी सारा अंधारच! दिल्लीने अपेक्षेप्रमाणे सर्वाधिक पदके कुस्तीत मिळविली. सर्वच खेळात प्रेक्षकांची उपस्थिती लक्षणीय होती, मात्र कुस्तीकडे क्रीडाशौकिन फिरकलेच नाही, हा बातमीचा विषय बनला.

देशी खेळात महाराष्ट्र मागे राहिला असला तरी बास्केटबॉल, हॉकी या परदेशी खेळात मराठी महिलांचे पाऊल सोनेरी यशाकडेच पडलेले आहे. बास्केटबॉलमध्ये महाराष्ट्राच्या महिला संघाने दिल्लीत हुकलेले विजेतपद जिद्दीने खेचून आणले. पंजाबचा ६३-४७ गुणांनी आरामात पराभव करत राष्ट्रीय क्रीडा स्पर्धेत महिला बास्केटबॉलमध्ये महाराष्ट्र नवी शक्ती बनला. हॉकीत महिला संघाने महाराष्ट्राला सलग दुसऱ्यांदा अव्वल यश मिळवून दिले. दिल्लीचा ७-० ने धुव्वा उडवित महिलांनी पुरुषांना लाजविणारी कामगिरी करून दाखविली. 'चूल आणि मूल' संस्कृतीच्या चौकटीत पूर्णपणे बाहेर न पडलेल्या महाराष्ट्राच्या महिला, बास्केटबॉल, हॉकीचे यश खरोखरच कौतुकास्पद म्हणावे लागेल. ही परंपरा आजही कायम आहे.

ज्युदोत महाराष्ट्राच्या खेळाडूंनी आश्वासक कामगिरीची नोंद केली. शुभदा वैद्य, पुनम ओबेरॉय, अजय कुलकर्णी यांनी अंतिम फेरी गाठून

रौप्यपदकापर्यंत झेप घेतली. ज्युदोत पंजाबी खेळाडूंची सर्वाधिक पदकाची कमाई केली. सायकलिंगमध्ये गतवेळची स्टार खेळाडू जस्मिन आर्थेनाने स्पर्धेकडे पाठ फिरवली. संघात निवड होऊनही भारतातील सर्वोत्कृष्ट रोडस्टार सायकलपटू केरमन फ्रामन अनुपस्थित राहिला. यामुळे सायकलिंगमध्ये मिणमिणते यश महाराष्ट्राच्या पदरी पडले. जिम्नॉस्टिकमध्ये महाराष्ट्र आठव्या स्थानावर फेकला गेला. टेनिस, जलतरण, सायकलिंगमधील गतविजेते खेळाडू केरळमध्ये खेळले असते तर पुन्हा एकदा सर्वसाधारण विजेतेपदाचे शिखर महाराष्ट्राने गाठलेले दिसले असते. त्यात नेमबाजी प्रकाराचा समाविष्ट नसल्याने विजेतेपदापासून महाराष्ट्र वंचित राहिला.

केरळमधील स्पर्धेत चुरशीच्या लढती रंगल्या. प्रेक्षकांचा उत्साह ओसांडून वाहत होता. तरीही काही वादग्रस्त घटना घडल्या. स्पर्धेच्या नियमानुसार कोणत्याही संस्था व मंडळांना प्रतिनिधित्व करता येणार नव्हते. तरीही मुष्टियुद्धात मणिपूर संघाचे प्रतिनिधित्व आसाम रायफल्स तर हरियाणाकडून सेनादलाचा संघ खेळणार होता. यामुळे मणिपूर, हरियाणा दोन्ही संघाला स्पर्धेतून बाद ठरविण्यात आले. अधिकृत प्रवेशपत्रिका न मिळाल्याने हरियाणा, राजस्थान, जम्मू-काश्मीर संघांना प्रवेश नाकारण्यात आला. कालिकत येथील ज्युदो स्पर्धेत दिल्लीच्या खेळाडूची अरेरावी रोखण्यासाठी पोलिसांना हस्तक्षेप करावा लागला. दिल्लीच्या महिला खेळाडूंना तर केस ओढून मैदानाबाहेर काढावे लागले. या प्रकारामुळे दिल्लीचा ज्युदो संघ अपात्र ठरविण्यात आला. जलतरण तलावावर दिल्लीच्या खेळाडूंनी गैरवर्तन केल्याने ४ क्रीडापटूंना तुरुंगाची हवा खावी लागली. सायकलिंग स्पर्धेत गैरव्यवस्था व नियोजनाचा अभाव होता. यामुळे १० महिला सायकलपटूंना जखमी व्हावे लागले. या तुरळक घटना वगळता केरळमधील राष्ट्रीय क्रीडा स्पर्धा सुरळीत पार पडली.

२९ सुवर्ण, २१ रौप्य व १८ कांस्यपदक जिंकून केरळाने सर्वसाधारण विजेतेपद पटकावले. महाराष्ट्राने केरळ इतकीच रौप्य व कांस्यपदक जिंकली. परंतु सुवर्णपदकात महाराष्ट्र केवळ ५ पदकांनी मागे पडला. जलतरण, ॲथलेटिक्स, पुरुष, खो-खो, महिला बास्केटबॉल, हॉकी, वेटलिफ्टिंग, बॅडमिंटन प्रकारात मराठी खेळाडूंनी बाजी मारली. नेमबाजी प्रकार नसल्याने सलग दुसऱ्यांदा विजेतेपदाचा महाराष्ट्राचा नेम चुकला होता. केरळ संघाने सर्वाधिक सुवर्णपदके जिंकून उत्साहपूर्ण वातावरणात सोनेरी कळसच चढविला.

राष्ट्रीय क्रीडा स्पर्धा केरळ १९८७

	संघ	सुवर्ण	रौप्य	कांस्य	एकूण
१	केरळ	२९	२१	१८	६८
२	महाराष्ट्र	२४	२१	१८	६३
३	प. बंगाल	२३	२०	२३	६६
४	तामिळनाडू	२२	२१	१९	६२
५	पंजाब	१७	१८	२४	५९
६	दिल्ली	१६	१३	१९	४८
७	हरियाणा	१५	१५	०८	३५
८	कर्नाटक	१२	२१	२६	५९
९	बिहार	०९	०९	११	२९
१०	चंदिगड	०६	०५	०३	१४

समारोप समारंभात ४०० मीटर शर्यत केरळच्या शायनी अब्राहम जिंकून केरळच्या विजयोत्सवाची सांगताही सोनेरी यशाने केली. यावेळी सर्वांनीच पी.टी. उषाची आठवण झाली.

उद्‌घाटनाप्रमाणेच स्पर्धेचा समारोप शानदार भारतीयम्ने झाला. ५ हजार मुला-मुलींनी केलेले चित्तवेधक कवायती आणि व्यायाम प्रकाराने सांगता समारंभ अविस्मरणीय बनला. केरळच्या लोकांचा समुद्राशी नाते असलेल्या नौकानयन, पाण्याच्या लाटा, भरती-ओहोटी अशा विविध कवायतींनी उपस्थितांना मंत्रमुग्ध केले. छत्रपती शिवाजी महाराजांच्या तैलचित्राच्या पार्श्वभूमीवर १ हजार मुला-मुलींनी सादर केलेल्या लेझीमला २५ हजार प्रेक्षकांनी उत्साहपूर्ण प्रतिसाद दिला. शेवटी पंतप्रधान राजीव गांधी यांनी स्पर्धा संपल्याची घोषणा केली. क्रीडाज्योत मालविली. परंतु केरळच्या क्रीडासंस्कृतीची ज्योत प्रकाशमान झाली होती. केरळच्या स्पर्धेचा सूर्य अस्ताला जात असताना पुढील तिसऱ्या राष्ट्रीय क्रीडा स्पर्धेचा सूर्योदय सात वर्षांनी पहावा लागेल. याची पुसटशी कल्पना कोणाच्या डोक्यात आली नव्हती.

दशकातील सर्वोत्तम क्रीडासोहळा

स्वातंत्र्यलढा असो वा सामाजिक चळवळ महाराष्ट्रीयन माणूस सदैव अग्रेसरच. देशात असे एकही क्षेत्र नाही की जेथे मराठी माणसाने आपल्या कर्तृत्वाच्या पाऊलखुणा उमटविल्या नसतील. याला क्रीडाक्षेत्र अपवाद कसे रहाणार? देशासाठी पहिले ऑलिम्पिक पदक महाराष्ट्राच्या भूमीतील खाशाबा जाधवांनी जिंकून १९५२ मध्ये नवा इतिहास घडविला. यानंतर तब्बल ४२ वर्षांनी पुन्हा एकदा महाराष्ट्राने देशाच्या क्रीडाक्षेत्रात क्रांती घडविली. दीर्घकाळ लांबलेली तिसऱ्या राष्ट्रीय क्रीडा स्पर्धेचे महाराष्ट्राने न भूतो न भविष्यती असे आयोजन केले. पुणे-मुंबईत झालेल्या राष्ट्रीय क्रीडा स्पर्धेने देशातील सर्वात मोठ्या क्रीडा स्पर्धेस केवळ नवसंजीवनी दिली नाही तर देशातील क्रीडाक्षेत्रातील मरगळही दूर केली. मोडकळीस आलेल्या राष्ट्रीय क्रीडा स्पर्धेच्या मंदिराचा जिर्णोद्धार महाराष्ट्राने केला आणि राष्ट्रीय क्रीडा स्पर्धा कशी भरवावी याचा आदर्श अवघ्या देशाला दाखवून दिला.

केरळमध्ये १९८७ मधील दुसरी स्पर्धा झाल्यानंतर १९८९ मध्ये पंजाब राज्याने तिसरी राष्ट्रीय क्रीडा स्पर्धा भरविण्याची तयारी दर्शविली होती. मात्र पंजाबमध्ये सुरू असलेल्या अतिरेक्यांचे छुपे युद्ध संपले नव्हते. अतिरेकी कारवायांमुळे स्पर्धा सतत पुढे ढकलण्यात येत होती. १९९० साल उजाडलं तरी राष्ट्रीय क्रीडा स्पर्धा कधी होणार हे अनिश्चित होते. पुन्हा एकदा या

स्पर्धेचे भवितव्य अधांतरी बनले. केरळमध्ये झालेली दुसरी राष्ट्रीय स्पर्धा महाराष्ट्रात झाली असती. ही संधी भारतीय ऑलिम्पिक संघटनेच्या राजकारणामुळे हुकली. पंजाबमध्ये स्पर्धा होणार नाही हे स्पष्ट झाल्यानंतर तेव्हाचे महाराष्ट्राचे मुख्यमंत्री व महाराष्ट्र ऑलिम्पिक संघटनेचे अध्यक्ष शरद पवार यांनी ही स्पर्धा आपल्या राज्यात होण्यासाठी कंबर कसली. सुरेश कलमाडी यांच्यासारखा दूरदृष्टी असणारा क्रीडाप्रेमी संघटक पवारांच्या खांद्याला खांदा देण्यास हजर होते. पवारांनी यजमानपद मिळविण्यास कौशल्य दाखवले. १९९० मध्ये महाराष्ट्राच्या गळ्यात राष्ट्रीय क्रीडा स्पर्धेच्या यजमानपदाची माळ पडली. तेव्हापासून दशकातील सर्वोत्तम क्रीडा महोत्सवाची तयारी सुरू झाली. शरद पवार व सुरेश कलमाडी कागदावरील कल्पना प्रत्यक्षात येण्यासाठी मेहनत घेत होते.

१९९३ मध्ये स्पर्धा घेण्याचे निश्चित झाले तेव्हा सर्व तयारी केवळ कागदावरच होती. सुरूवातीला केरळप्रमाणेच पुणे, मुंबईसह कोल्हापूर, औरंगाबाद व नागपूर अशा ५ शहरात स्पर्धेचे आयोजन करण्यात येणार होते. मात्र भारतीय ऑलिम्पिक संघटनेने स्पर्धा दोनच ठिकाणी घ्याव्या असा आदेश दिला. यामुळे पुण्यातच स्पर्धा घेण्याचे ठरले व ज्या स्पर्धा पुण्यात होऊ शकत नाहीत त्या फारतर मुंबईत घ्याव्या असा निर्णय झाला. येथूनच अडचणींची, अडथळ्याची शर्यत सुरू झाली. ही स्पर्धा दोनच ठिकाणी होणार असल्याचे घोषित होताच पुण्या-मुंबई बाहेरील राजकीय लोकांनी प्रांतभेद पुढे करून स्पर्धेच्या स्थगितीसाठी न्यायालयात धाव घेतली. हा अडथळा दूर झाल्यानंतर नामदार शरद पवारांच्या ५० व्या वाढदिवशी १२ डिसेंबर १९९० रोजी पुण्याजवळील बालेवाडी-म्हाळुंगे येथील दोनशे एकरच्या माळरानावर भव्य क्रीडा संकुलाचे भूमिपूजन झाले. परंतु या जागेचा शोध १९८८ पासून सुरू होता.

भूमिपूजनानंतर प्रत्यक्ष कामास २९ मे १९९२ पासून प्रारंभ झाला. वास्तुशास्त्रात शशी प्रभू यांनी आंतरराष्ट्रीय दर्जाच्या क्रीडानगरीचे मॉडेल तयार केल्यानंतर अवघ्या ११ महिन्याचा विक्रमी वेळेत बी.जी. शिर्के यांच्या कंपनीने देखणी क्रीडानगरीची उभारणी करून स्पर्धेपूर्वीच नवा अध्याय घडविला. जर्मनीतून मागविलेला सिंथेटिक ट्रॅकसह २० हजार प्रेक्षकक्षमतेचे भव्य ॲथलेटिक्स स्टेडियम, बास्केटबॉल, व्हॉलीबॉल, टेबलटेनिससाठी भव्य

इनडोअर स्टेडियम, मॅटवरील कुस्तीगारांकरिता वेगळा बंदिस्त हॉल असणारा आखाडा, जिमॉस्टिकसाठी भव्य हॉल, टेनिसचे विम्बल्डनच्या धर्तीवरील कोर्टस्, ऑलिम्पिक दर्जाचा जलतरण तलाव, कबड्डी-खो-खोकरिता वेगवेगळी मैदाने, सायकलिंगचा वेलोडॅमअसे अनेक प्रकारच्या खेळासाठी वेगवेगळी स्टेडियम एकाच संकुलात उभारण्याचे काम विक्रमी वेळेत पूर्ण झाले. एकाच ठिकाणी जवळजवळ सर्व ऑलिम्पिक खेळ असणारे हे देशातील पहिले क्रीडासंकुल बनले. स्थापत्यकलेचा आकर्षण रचनेवरील कारंजे व ऐतिहासिक पार्श्वभूमीवर बांधलेले तटबंदी असलेले प्रवेशद्वार, लॅन्डस्केपिंग यामुळे क्रीडानगरीची शोभा अवर्णनीय बनली. आशिया खंडात यासारखी क्रीडानगरी एखादीदुसरीच असावी असे म्हटले जात होते. याच क्रीडानगरीत खेळाडू, प्रशिक्षकांच्या निवासासाठी क्रीडाग्राम (गेम व्हिलेज) उभारण्यात आले. राष्ट्रीय क्रीडा स्पर्धेच्या इतिहासात अशी क्रीडानगरी प्रथमच निर्माण झाली होती. सह्याद्रीच्या दऱ्या खोऱ्यातून ऑलिम्पिक विजेता घडावा यासाठी भव्यदिव्य क्रीडा संकुलाची उभारणी करण्यात आली होती. म्हणूनच श्री शिवछत्रपती क्रीडानगरी हे सार्थक नाव देण्यात आले.

दोनशे एकरच्या माळरानावर श्री शिवछत्रपती क्रीडानगरी नावाने नंदनवन उभारण्याचे काम वेगाने सुरू असतानाच स्पर्धेच्या तयारीची लगीनघाई सुरू झाली. २ ऑक्टोबर १९९३ पासून स्पर्धा होणार असल्याची घोषणा करण्यात आली होती. सप्टेंबर १९९३ मध्ये स्पर्धेचे वातावरण निर्माण करण्यासाठी पुणे शहरात 'राजू' या बोधचिन्हाचे होल्डींग चौकाचौकात झळकू लागले. नागपुरात २० सप्टेंबरला क्रीडाज्योत मशाल यात्रेला भव्य समारंभ घेण्यात आला. पुण्याकडे येणाऱ्या क्रीडाज्योतीचे विदर्भात स्वागत करण्यात येत होते. स्पर्धामय वातावरण तयार होत होते. स्पर्धा अवघ्या १० दिवसावर येऊन ठेपली असतानाच निसर्गाचा कोप झाला. ३० सप्टेंबरला किल्लारी-लातूरमध्ये भूकंप झाला. भूकंपाने सारा महाराष्ट्र थरथरला. नैसर्गिक प्रलयामुळे स्पर्धा पुढे ढकलण्याचा निर्णय घेण्यात आला.

मुळात राष्ट्रीय क्रीडा स्पर्धा कधीच वेळेवर न होण्याचा शाप आहे. हा शाप पुण्यातील संयोजकांना वरदान ठरला. ऑक्टोबरमध्ये स्पर्धा झाली असती तर त्यासाठी अपुरी व्यवस्था होती. स्टेडियमची बांधकामे पूर्ण झाली नव्हती. स्पर्धा पुढे ढकलण्यात आल्याने मुख्य स्टेडियममध्ये विद्युत

प्रकाशझोतासाठी खास मोठे चार टॉवर उभारण्यात आले. सायकलिंगचा वेलोडॅम बांधण्यात आला. जिम्नॉस्टिक्सचा अद्यावत हॉल भूकंपामुळे मिळालेल्या अवघ्या दीड महिन्याच्या अवधीत बांधून पूर्ण झाला. भूकंपाचे सावट कमी झाल्यानंतर नव्या वर्षात १६ ते २५ जानेवारी १९९४ या नव्या तारखा निश्चित झाल्या. भारतीय ऑलिम्पिक संघटनेने नव्या तारखांना हिरवा कंदील दाखविल्याने डिसेंबरमध्ये स्पर्धेचे काऊंटडाऊन सुरू झाले. तेव्हा पुणे स्पर्धामय करण्यासाठी प्रयत्न सुरू झाले. पाहता-पाहता स्पर्धेमुळे पुण्याचा चेहरामोहराच बदलून गेला. प्रमुख रस्त्यावरील चौकात 'राजू' बोधचिन्हाचे फलक लक्ष वेधून घेत होते. बसस्थानकांचे रूप बदलून त्याद्वारे स्पर्धेची अभिनवप्रकारे जाहिरात करण्यात आली. पुण्यातील प्रमुख चौक सुशोभित करण्यात आले. 'चल मेरी गाडी बालेवाडी, वहा कै राजू खेल खिलाडी' हे जाहिरातीचे बोल घराघरात ऐकू येऊ लागले. राष्ट्रीय क्रीडा स्पर्धा यशस्वी करण्यासाठी एकटी सरकारी यंत्रणा राबत नव्हती तर पुणे महानगरपालिका, पिंपरी-चिंचवड महानगरपालिका, पुणे जिल्हा परिषद, शासनाचे क्रीडा संचालनालय व महाराष्ट्र ऑलिम्पिक संघटना कष्ट घेत होती.

पुणे-मुंबईतील राष्ट्रीय क्रीडा स्पर्धा अनेक कारणांनी वैशिष्ट्यपूर्ण ठरत गेली. अगदी स्पर्धेच्या तारखात झालेल्या बदलापासून ठिकाणांमधील बदलापर्यंत, अथवा या स्पर्धेच्या निमित्ताने वेगाने उभारण्यात आलेल्या क्रीडानगरीपासून, या स्पर्धेत सहभागी होणाऱ्या खेळाडू आणि अधिकाऱ्यांच्या

संख्येपर्यंत दिल्ली, केरळमधील स्पर्धेचे दूरदर्शनवर थेट प्रेक्षपण झाले नव्हते. परंतु पुण्यातील स्पर्धेचे प्रथमच ६ तास थेट प्रेक्षपण दाखविण्यात आले. १४ वर्षानंतर क्रिकेटशिवाय इतक्या मोठ्या प्रमाणात प्रेक्षपण दाखविण्याची दूरदर्शनची पहिलीच वेळ होती. ॲथलेटिक्ससाठी फोटोफिनिश कॅमेरा, जलतरणातील टच पॅडस् ही देखील स्पर्धेची वैशिष्ट्य ठरली. एकीकडे यशस्वी संयोजनाची तयारी युद्धपातळीवर असताना दुसरीकडे मैदानाबाहेरील घडामोडी संयोजकांना डोकेदुखी बनत होत्या.

थंडीमुळे पुण्यातील जलतरण स्पर्धा मुंबईत घ्यावी अशी मागणी होताच संयोजकांची पळापळी झाली. अखेर पाणी गरम करण्यासाठी भलेमोठे बॉयलरची यंत्रणा बसविण्याचे ऐनवेळी ठरले. रेल्वे, सेनादल संघांना स्पर्धेत प्रवेश नसल्याने या खेळाडूंनी सुरुवातीला स्पर्धेतून अंग काढून घेतले होते. बॅडमिंटन, कुस्ती स्पर्धा कुठे होणार हा गोंधळ उद्घाटनापर्यंत कायम होता. त्यात उद्घाटन समारंभाच्या दोन हजार प्रवेशिका गायब झाल्याने नवा पेच निर्माण झाला होता. अशातच किल्ले शिवनेरी, रायगड, पुरंदर व मुंबईतून क्रीडाज्योत मशाल प्रज्वलित करण्यात आल्या. केवळ पुण्यात नव्हे तर साऱ्या महाराष्ट्रात स्पर्धेचे वातावरण तापू लागले आणि सर्वांनाच उद्घाटनाचे वेध लागले.

१६ जानेवारी १९९४ महाराष्ट्राच्या नव्हे देशाच्या क्रीडाक्षेत्रातील ऐतिहासिक दिन उजडला आणि आशियाई स्पर्धेनंतर प्रथमच देशात दिमाखदार क्रीडा सोहळ्यास प्रारंभ झाला. परंपरेनुसार औपचारिक समारंभाने क्रीडा स्पर्धेचा उद्घाटन समारंभ सुरू झाला. २८ राज्याच्या ४७३६ खेळाडूंच्या शानदार संचलनाने समारंभास सुरूवात झाली. अंदमान निकोबर संघ संचलनाच्या अग्रभागी होता. सर्वात शेवटी यजमान महाराष्ट्राचा ४४८ खेळाडूंचे पथक मैदानात येताच साऱ्या स्टेडियममध्ये उत्साहाची लाट पसरली. कबड्डीमहर्षी बुवा साळवी पथक प्रमुख होते तर ध्वज घेण्याचा मान भाग्यश्री बिलेला मिळाला. संचलनावर हेलिकॅप्टरमधून पुष्पवृष्टी करण्यात आली. राज्यातील चार दिशांकडून आणलेली क्रीडाज्योत स्टेडियमच्या चार प्रवेशद्वारातून मिल्खासिंग, पी.टी. उषा, रमेश कृष्णन, जाफर इक्बाल यांनी एकत्रित आणली. नामदार शरद पवार यांनी चार ज्योतीतून एक ज्योत करत ती नंदन बाळ व नम्रता शहा यांच्या हातात दिली. त्यांनी एकत्रितपणे स्टेडियमची मुख्य क्रीडाज्योत प्रज्वलित केली. नंतर श्री शिवछत्रपती क्रीडा नगरीत

राष्ट्रपती शंकर दयाल शर्मा यांनी तिसरी राष्ट्रीय स्पर्धेच्या उद्‌घाटनाची घोषणा केली. उद्‌घाटनाच्या घोषणेनंतर गुलजार यांनी रचलेले स्पर्धेचे आशयगीत स्वरसम्राज्ञी लता मंगेशकर यांनी गायले.

'कदम कदम पे नक्श है,
विजय हमारा लक्ष है'

हे गीत सुरू होताच स्टेडियमध्ये जल्लोष पसरला. लता मंगेशकर यांनी खेळाच्या मैदानावर गायलेल्या पहिल्याच गाण्याचा उपस्थित क्रीडाशौकिनांनी एकमुखी दाद दिली. आशयगीतानंतर देशाच्या कानाकोपऱ्यातून आलेल्या खेळाडूंच्यावतीने धावपटू राजीव बालकृष्णनने शपथ घेतली. दशकातील सर्वोत्तम खेळाडूंचे विशेष पारितोषिक पी.टी. उषाला देऊन गौरविण्यात आले. स्पर्धेनिमित्त टपाल खात्याने काढलेले विशेष तिकिटाचे राष्ट्रपतींच्या हस्ते प्रकाशित करण्यात आले. भाषणबाजीमुळे औपचारिक उद्‌घाटन समारंभ कंटाळवाणा बनत गेला. मात्र कला-परंपरांचा लोभस आविष्कार असणाऱ्या सांस्कृतिक समारंभ सुरू होताच पुन्हा वातावरण क्रीडामय बनून गेले.

सांस्कृतिक समारंभाचे सर्वात मोठे आकर्षण ठरली ती शोभायात्रा. महाराष्ट्राचे दैवत असलेल्या शिवरायांचा पुतळा असलेली पालखी आणि छत्र-चामरे, कलश मिरविणारी पारंपरिक पोषाखातील पथके या शोभायात्रेत लक्षवेधी ठरत होती. ही यात्रा सुरू असताना तुतारी, हलगी, सनई, ताशे, तुणतुणे व रणशिंगे वाजविणाऱ्या वादकांच्या पथकांनी आपली कला सादर केली. यानंतरच्या 'भारतीयम्' हा वैशिष्ट्यपूर्ण व्यायामप्रकाराने उद्‌घाटनास वेगळाच रंग भरला. आयो चले, यू चले, नजर-सफर एक हो' या गीताचा अर्थ आणि आशय मनावर नेमकेपणे ठसावित १२ हजार विद्यार्थिनी भारतीयम खुलवले. प्रेक्षकांच्या डोळ्याचे पारणे फेडणारा भारतीयम प्रकार होता. शिस्तबद्ध देखावे आणि नृत्ये हे भारतीयमचे वेगळेपण. कुठे वाहतुकीची प्रात्यक्षिके तर कुठे एकात्मतेची दृश्ये. भारतीयममध्ये मराठी मुला-मुलींनी सादर केलेली मल्लखांबाची प्रात्यक्षिके सर्वांनीच वाखणली. यानंतर प्रत्येकाला ठेका धरण्यास लावणारे शामक दावर यांनी 'कमॉन राजू कमॉन', तू हे भारत माता की शान' हे त्रिभाषी सूत्रात गुंफलेले गीत, 'राजू' बोधचिन्हाच्या पोषाखातून २७५ कलाकारांनी सादर केले. शेवटी 'राजू' या स्पर्धा बोधचिन्हाचे आगमन झाले. विविध वाद्ये वाजविणाऱ्या राजूच्या पोषाखातील ३२ कलाकार

मैदानात आले व स्मरणीय उद्‌घाटन सोहळा संपला. तोच महाराष्ट्र यजमानपद सिद्ध करण्यासाठी स्मरणीय कामगिरी करणार का? याची चर्चा रंगली.

९१५ पदकासाठी देशभरातील २७२२ पुरुष व १३५८ महिला खेळाडूंच्या झुंजी १७ जानेवारीपासून पुणे व मुंबईत सुरू झाल्या. शिवछत्रपती क्रीडानगरीत ॲथलेटिक्स, जलतरण, जिम्नॅटिक्स या ऑलिम्पिक मूळ प्रकारासह बास्केटबॉल, व्हॉलीबॉल, सायकलिंग, कुस्ती, टेनिस, मुष्टियुद्ध, तलवारबाजी, कबड्डी, खो-खो हे खेळ रंगणार होते. पिंपरी-चिंचवडमध्ये धनुर्विद्या, ज्युदो, तायक्वोंदो, हँडबॉल, महिला हॉकीच्या स्पर्धा खेळविल्या जाणार होत्या तर मुंबईत फुटबॉल, टेबलटेनिस, पुरुष हॉकी, नेमबाजी, वेटलिफ्टिंग, याटिंग हे क्रीडाप्रकार होणार होते. शिवछत्रपती क्रीडानगरीत बॅडमिंटन हॉल वेळेवर बांधून न झाल्याने शेवटी पुण्यातील डब्ल्यू-आयई सभागृहात सामने घेण्याचे ठरले. मराठी मातीतील आट्यापाट्या व मल्लखांब हे प्रदर्शनीय खेळ म्हणून स्पर्धेत समाविष्ट करण्यात आले होते.

उद्‌घाटनानंतर पदकाची घोडदौड सुरू झाली तेव्हा सुरुवातीला यजमान महाराष्ट्र मागे होता. अपेक्षेप्रमाणे सायकलिंग वेलोड्रॅममध्ये पंजाबच्या खेळाडूंनी पहिल्या दिवसापासून वर्चस्व प्रस्थापित केले तर जलतरण तलावात कर्नाटकचे यश नजरेस भरत होते. स्पर्धेच्या पहिल्या दिवशी महाराष्ट्रीयन खेळाडूंनी संमिश्र यश मिळाले. फुटबॉलमध्ये पहिल्याच सामन्यात महाराष्ट्राला पराभूत व्हावे लागले तर हॉकीत महिलांनी विजयी सलामी दिली. स्पर्धेतील पहिले पदक पंजाबच्या सायकलिंग संघाने जिंकले. राज्यात वेलोड्रॅम नसल्याने मराठी सायकलपटू पदकाच्या शर्यतीत चमकले नाही. पहिल्या दिवशी आयोजनात महाराष्ट्रीयन संयोजकांना पराभूत व्हावे लागले. तलवारबाजी, कुस्ती स्पर्धा ठरल्याप्रमाणे वेळेवर सुरू झाल्या नाही. दुसऱ्या दिवसापासून महाराष्ट्राच्या खेळाडूंनी आपले विजेतेपदाचे अभियान सुरू केले. स्पर्धेत प्रथमच समाविष्ठ केलेल्या तलवारबाजीत फॉईल प्रकारात एम.ए. मॅथ्युने राज्यासाठी पहिले सुवर्णपदक जिंकले. कुस्तीत काका पवारने नेत्रदीपक विजय संपादन दुसरी फेरी गाठली.

स्पर्धेच्या दुसऱ्या दिवसाचा सूर्यादय महाराष्ट्रीयन क्रीडापटूंच्या यशाच्या सोनेरी किरणाने झाला. या सोनेरी दिवसाचा हिरा ठरला तो राजीव बालकृष्णन. राष्ट्रीय क्रीडा स्पर्धेच्या निमित्ताने ॲथलेटिक्स ट्रॅकमध्ये नवे क्रीडारत्न चमकले.

ते हेच. 'तो आला, त्याने पाहिले, त्याने जिंकले' याची प्रचिती राजीव बालकृष्णनमुळे पहाण्यास मिळाली. अमेरिकेतील आयोवा विद्यापीठात संगणकशास्त्र शिकणारा राजीव बालकृष्णन आशियाई स्पर्धेत भारताला पदक मिळवून देण्याच्या निर्धाराने मायदेशात आला होता. राज्य स्पर्धेत चमकून धुमकेतूप्रमाणे त्याने राष्ट्रीय स्पर्धा गाजविली. १०० मीटरची शर्यत जिंकून राजीव देशातील वेगवान धावपटूचा किताबही पटकविला. पाठोपाठ ११०,४०० मीटर हॉर्डल्स शर्यतीही राजीवने जिंकल्या. ४०० मीटर अडथळा शर्यतीत त्याने नवा स्पर्धा विक्रमही नोंदविला. ४ बाय १०० रिले शर्यतीत महाराष्ट्राला सुवर्णपदक हे राजीवने वेगवान धाव घेतल्याने मिळाले. एक-दोन नव्हे तर चार-चार सुवर्णपदके जिंकून राजीव स्पर्धेवर आपला ठसा उमटविला. राजीवप्रमाणेच ट्रॅकवर महिलांच्या शर्यतीत भाग्यश्री बिलेने लक्षवेधी कामगिरी केली. सोलापुरातील मंगळवढ्यामधून आलेल्या भाग्यश्रीने १०,००० मीटरची शर्यत विक्रमी वेळेत जिंकली. ही शर्यत भाग्यश्रींना आंतरराष्ट्रीय धावपटू घडविण्याचा पाया बनली. प्रथमच तिने राष्ट्रीय स्पर्धात शर्यत जिंकली तीही विक्रमी वेळेत. दुधात साखर पडावी असा योग भाग्यश्रीच्या भाग्यात आला. खरोखरच भाग्यश्रीची कामगिरी कौतुकास्पद म्हणावी लागेल. तीने १५०० मीटर शर्यतीत कांस्यपदकाची कामई केली. ३००० मीटरमध्ये ती रौप्यपदकाची मानकरी ठरली तर ट्रॅकमधील सर्वाधिक दिर्घ पल्ल्याच्या शर्यतीत तीने सोनेरी कामगिरीची नोंद केली. पदकाच्या हॅटट्रिकचा पराक्रम तीने चढत्या क्रमाने केला. अपेक्षेप्रमाणे ट्रॅकवरचे आपले राजेपण बहादूरप्रसाद, शायनी विल्सन यांनी विक्रमी वेळेत शर्यत जिंकून सिद्ध केले. शक्तीसिंगने गोळाफेकीत १७ वर्षापूर्वीचा राष्ट्रीय विक्रम मोडण्यात यश मिळवले. ॲथलेटिक्सची १०० मीटरची शर्यत विजेत्यांपेक्षा पिस्तुलाच्या आवाजामुळे लक्षात रहाण्यासारखी बनली. पिस्तूलचा आवाज न झाल्याने १०० मीटर शर्यतीचा स्टार्ट ७ वेळा चुकला.

दिल्लीमध्ये जलतरणात जशी महाराष्ट्राने पदकाची लूट केली तसेच अंधेरीतील शूटींग रेंजमध्ये मराठी खेळाडूंनी तिसऱ्या राष्ट्रीय क्रीडा स्पर्धेत सोने लुटले. १५ सुवर्ण, ७ रौप्य व ७ कांस्य असे घवघवीत यश नेमबाजींना संपादन केले. नेमबाजीत महाराष्ट्राच्या सर्वच्या सर्व खेळाडूंनी पदकाचा नेम घेतला. नेमबाजांच्या या सोनेरी यशामुळेच केरळमध्ये हुकलेले सर्वसाधारण

विजेतेपद महाराष्ट्राला मिळाले आणि या सुवर्ण मुकुटाचा कोहिनूर होता तो एक नेमबाजच. अशोक पंडित. स्पर्धेतील सर्वात जास्त पदके जिंकून पंडित सर्वोत्तम खेळाडूंना मानकरी ठरला. पंडितने तब्बल ११ पदके खिश्यात घातली. त्यात आठ सुवर्ण, २ रौप्य व १ कांस्यपदक आले. ही कामगिरी पंडितचा कारकीर्दीची मैलाचा दगड बनली. महाराष्ट्राचा नेमबाज संघाने फ्री, एअर, सेंटर फायर, स्टडर्ड, रॅापड फायर या पाचही प्रकारात सांधिक यश संपादन केले. दिल्लीचा जसपाल राणा, तामिळनाडूची रूपा उन्नीकृष्णन, बंगालची काहुली गांगुली या आंतरराष्ट्रीय खेळाडूंनी सुवर्णपदकाचा वेध घेणारी नेमबाजी केली. नेमबाज, ॲथलेटिक्स खेळाडूंच्या यशाने महाराष्ट्राने पदक तक्त्यात निर्णायक आघाडी घेतली. या आघाडीचे सर्वसाधारण विजेतेपदात रूपांतर केले ते कुस्तीपटू, ज्युदो, टेबलटेनिस, टेनिस खेळाडूंनी आणि खो-खो, वॉटरपोलो तसेच महिला बॉस्केटबॉल या सांघिक खेळाच्या क्रीडापटूंनी.

फ्रीस्टाईल प्रकारातच यापूर्वीच्या दोन कुस्ती स्पर्धा झाल्याने महाराष्ट्राला अव्वल यश मिळाले नव्हते. मात्र पुण्यात प्रथमच ग्रिकोरोमन प्रकाराचा समावेश करण्यात आला आणि काका पवारने आखाडा गाजविला. राष्ट्रीय क्रीडा स्पर्धेत कुस्तीतील पहिले सुवर्णपदक काका पवारमुळे महाराष्ट्राच्या खात्यात जमा झाले. या स्पर्धेपासून काका पवार आणि सुवर्णपदक असे समीकरणच बनून गेले. मुष्टियुद्धात ऑलिम्पिकपटू मनोज पिंगळेने काकासारखे लक्षवेधी यश मिळविले. काका व मनोजची लढत पहाण्यास हजारो क्रीडाशौकिनांनी हजेरी लावली. ज्युदोत प्रथमच योगेश धावडेने तर तायक्वोंदो खेळात भास्कर करकेरा यांनी राज्यासाठी मोलाची सुवर्णपदके मिळवून दिली.

टेनिसमध्ये पुरुष संघाला केवळ दुहेरीतील रौप्यपदकावर समाधान मानले लागत असतानाच महिलांनी एकेरी, दुहेरी व सांघिक अशी तीनही पदके मिळवून हॅटट्रीक केली. हर्षदा कामठेने एकेरीत तामिळनाडूच्या बलाढ्य रश्मी चक्रवर्तीला पाणी पाजत सोनेरी यशाचा दुहेरी मुकुट मिळविला. टेबलटेनिसमध्ये महाराष्ट्राचा पुरुष संघ दुहेरी व सांघिक सामन्यात अव्वल ठरला. टेनिसच्या उलटे येथे घडले. महिलांच्या हाती केवळ एकमेव कांस्यपदक लागले. बॅडमिंटनमध्ये मंजुषा पवनगडकरने महिलांच्या एकेरीत बाजी मारली तर पुरुष

संघाने दुहेरीत केरळला नमवून सोनेरी यशाचा किल्ला सर केला. एकेरीत आंध्रच्या पी. गोपीचंदला दुखापतीमुळे आपल्याच राज्यातील प्रविणकुमारकडून पराभूत व्हावे लागले. याच दुखापतीवर मात करून गोपीचंदने ६ वर्षानंतर फिनिक्स पक्ष्याप्रमाणे झेप घेत ऑल इंग्लंड विजेतेपदास गवसणी घातली. पुण्यातील दुखापतीचा पराभव आजही गोपीचंदच्या स्मरणात आहे.

दिल्ली, केरळनंतर पुण्याच्या स्पर्धेतही महाराष्ट्राच्या खेळाडूंनी सांघिक क्रीडाप्रकारात सुवर्णपदकासाठी शर्थीची झुंज दिली. बास्केटबॉलमध्ये सलग तिसऱ्यांदा महिला संघाने अंतिम फेरी गाठून सलग दुसऱ्यांदा विजेतेपद कमावले, ते बलाढ्य पंजाब संघाला नमवून. फुटबॉलमध्ये पंजाबचा ६-० ने धुव्वा उडवित महाराष्ट्राचा पुरुष संघ कांस्यपदकाचा मानकरी बनला. हॉकीत अंतिम फेरीपर्यंत मजल मारणाऱ्या महाराष्ट्राला बलाढ्य पंजाबने सुवर्णपदकापासून दूर ठेवले. महिला हँडबॉल संघाने कांस्यपदकाची कमाई केली. गेल्या दोन स्पर्धेत जलतरणात आघाडीवर असलेल्या महाराष्ट्राची घराच्या मैदानावर दाणादाण उडाली. महाराष्ट्राचा एकही जलतरणपटू सुवर्णपदक मिळवू शकला नाही. हे दुर्दैवच म्हणावे लागेल. जलतरणात कर्नाटक, तामिळनाडू, नवी शक्ती बनत पुढे आला. तामिळनाडूच्या सॅबिस्टयन झेव्हियरने विक्रमासह ३ सुवर्ण, १ रौप्यपदक जिंकून स्पर्धेतील सर्वोत्कृष्ट खेळाडूचा मान पटकाविला. परंतु जलतरण तलावावर लक्षवेधी कामगिरी केली ती कर्नाटकच्या अभिजितने. या १५ वर्षीय शाळकरी पोराने २ सुवर्ण, २ रौप्य, ३ कांस्य पदक जिंकत २ राष्ट्रीय विक्रमाची नोंद केली. जलतरणात महाराष्ट्राचे पानिपत होत असतानाच वॉटरपोलोत दोन्ही संघाने सुवर्णपदक जिंकून दिलासा देणारी कामगिरी केली.

महाराष्ट्राच्या खो-खो संघाने आपल्या लौकिकाला साजेशी खेळी केली. राज्याच्या दोन्ही संघाने कर्नाटकला खडे चारत सुवर्णपदकावर महाराष्ट्राचे नाव कोरले. चुरशीच्या लढतीत पुरुष संघाने कर्नाटकचा २ गडी राखून पराभव करीत सुवर्णपदकाची हॅटट्रिक केली. महाराष्ट्राला खात्रीने सुवर्णपदक मिळवून देणारा खेळ म्हणजेच खो-खो याची प्रचिती पुन्हा एकदा आली. पुरुषांच्या पाऊलावर पाऊल ठेवत महिला संघाने प्रथमच राष्ट्रीय क्रीडा स्पर्धेत सोनेरी यश पाहिले. तुल्यबळ पारंपरिक प्रतिस्पर्धी कर्नाटक संघावर १० गुणांनी दणदणीत यश मिळवित महिलांनी सुवर्णपदक संपादित केले. खो-

खोत महाराष्ट्राची मक्तेदारी सिद्ध होत असतानाच दुसरीकडे मराठमोळ्या कबड्डीत सुवर्णपदक न मिळाल्याची शोकांतिका कायम राहिली. गत केरळ स्पर्धेची पुनरावृत्ती पुरुष संघाने केली. कांस्यपदकापर्यंतही पुरुष संघ घरच्या मैदानावर खेळताना मजल मारू शकला नाही. महिला संघाने अंतिम फेरी गाठली खरी परंतु आत्मघातकी चढाईमुळे सुवर्णपदक हुकले. ३०-३० बरोबरी असताना ललिता सुर्वेची लढाई अपयशी ठरली व महाराष्ट्र सुवर्णपदकापासून वंचित राहिला. पश्चिम बंगालने सुर्वेची पकड करीत अवघ्या १ गुणांने सुवर्णपदक खेचून आणले. महाराष्ट्राला काही मैदानात अपयश पहावे लागले तरी पदकाचे यश मराठी खेळाडू भोवतीच फिरत राहिले. पाचव्या दिवशी २२ जानेवारी ९४ रोजी महाराष्ट्राने पदक तक्त्यात आघाडी घेऊन ती शेवटपर्यंत कायम ठेवली. ४३ सुवर्ण, ४४ रौप्य, ५१ कांस्य अशी एकूण १३८ पदकाची कमाई करून महाराष्ट्राने सर्वसाधारण विजेतेपदाचे शिखर गाठले. गतवेळचा विजेता केरळ संघ १० व्या स्थानावर फेकला गेला.

पुणे-मुंबईतील तिसऱ्या स्पर्धेत महाराष्ट्रीय खेळाडूंनी बाजी मारली. राजीव बालकृष्णन, अशोक पंडित, सुजय घोरपडे, मनोज पिंगळे, मंजुषा पवनगडकर, काका पवार यासारख्या आंतरराष्ट्रीय खेळाडूंनी महाराष्ट्राची शान देशाचा क्रीडाक्षेत्रात वाढविली. राज्याच्या पदकविजेत्या खेळाडूंचा गौरव करण्याची घोषणा स्पर्धेपूर्वीच क्रीडा राज्यमंत्री अरुण दिवेकर यांनी केली होती. यानुसार सुवर्ण, रौप्य व कांस्य पदकविजेत्या खेळाडूंना अनुक्रमे ३०००, २००० व १००० रुपये देऊन विशेष समारंभात गौरविण्यात आले.

तिसऱ्या राष्ट्रीय क्रीडा स्पर्धेला प्रेक्षकांनी अभूतपूर्व प्रतिसाद दिला. आजपर्यंत कोणत्याही स्पर्धेस इतक्या मोठ्या प्रमाणात क्रीडाशौकिन आले नव्हते. स्पर्धा जसजशी रंगत गेली तसतसा प्रेक्षकांचा उत्साह वाढत गेला. पाचव्या दिवसानंतर ५० हजारापेक्षा जास्त क्रीडाशौकिन शिवछत्रपती क्रीडानगरीत रंगतदार स्पर्धांचा आनंद लुटत होते. शेवटच्या दिवसापर्यंत आकडा पाऊण लाखाच्या घरात गेला. क्रीडानगरीला जणू जत्रोत्सवाचे स्वरूप आले होते. देशाच्या क्रीडा इतिहासात एवढ्या मोठ्या प्रमाणात सामान्य नागरिकांनी हजेरी लावण्याची ही दुसरी वेळ होती. यामध्ये ग्रामीण भागातील लोकांची संख्या मोठी होती. १९८८ च्या आशियाई स्पर्धेनंतर खऱ्या अर्थाने क्रीडामहोत्सव

पुण्यात साजरा केला गेला.

'मेगा इव्हेंट ऑफ द डिकेड' ही बिरूदावली पुण्यातील राष्ट्रीय क्रीडा स्पर्धेने सिद्ध करून दाखविली. १९८२ च्या आशियाई स्पर्धेनंतर पुण्यात प्रथमच राष्ट्रीय क्रीडा स्पर्धेच्या निमित्ताने भव्य क्रीडा महोत्सव साजरा करण्यात आला. हा दशकातील सर्वोत्तम क्रीडामहोत्सव ठरला. उद्‌घाटनाप्रमाणेच स्पर्धेचा समारोपही स्मरणीय बनला. खेळाडूंच्या एकत्रित संचलनाने समारोप समारंभाची सुरूवात झाली. संचलनातील खेळाडूवर हेलिकॉप्टरमधून गुलाबपुष्प पाकळ्यांची वृष्टी करण्यात आली. यानंतर भाषणबाजीमुळे समारंभ कंटाळवाणी झाला. शेवटी राज्यपाल पी.सी. अलेक्झांडर व पंतप्रधान पी.व्ही. नरसिंहराव यांच्या भाषणानंतर स्पर्धेतील सर्वोत्कृष्ट खेळाडूसाठीचा भारतीय ऑलिम्पिक संघटनेचे करंडक महाराष्ट्राच्या अशोक पंडितांना देऊन सन्मानित करण्यात आले. या स्पर्धेतील सर्वसाधारण विजेतेपदाचा राजा भालिंदरसिंग करंडक महाराष्ट्राला देण्यात आला. राज्याच्यावतीने हा करंडक महाराष्ट्र ऑलिम्पिक संघटनेचे अध्यक्ष शरद पवार, उपाध्यक्ष सुरेश कलमाडी, पथकप्रमुख बुवा साळवी व कर्णधार राजीव बालकृष्णनने स्वीकारला. सर्वोत्कृष्ट पुरुष व महिला खेळाडूंचा करंडक अनुकमे जलतरणपटू सॅबेस्टियन झेवियर व सजनी शेट्टी यांना देऊन गौरविण्यात आले. याप्रसंगी भारताला ऑलिम्पिकमध्ये पहिले वैयक्तिक पदक जिंकणारे दिवंगत खाशाबा जाधव यांच्या पत्नी कुसुमताई यांना १ लाख रुपयांचा धनादेश देऊन सन्मानित करण्यात आले. मात्र याचवेळी हॉकीच्या सुवर्णकाळात ऑलिम्पिक सुवर्णपदक जिंकणाऱ्या बाबू निमल यांचा संयोजकांना विसर पडला. शिवछत्रपती क्रीडानगरीपासून अवघ्या अर्धा तासाच्या अंतरावर रहात असलेला बाबू निमल हे नाव कोणाच्या ध्यानीमनी नसावे हे दुर्दैवच.

औपचारिक समारंभात शेवटी पंतप्रधानांनी राष्ट्रीय क्रीडा स्पर्धेचा समारोप झाल्याचे जाहीर केले. त्याचबरोबर गेले १० दिवस फडकत असलेला तिरंगा, भारतीय ऑलिम्पिक व महाराष्ट्र ऑलिम्पिक संघटनेचा ध्वज सन्मानपूर्वक उतरविण्यात आला आणि २५ हजार प्रेक्षक ज्याची अतुरतेने वाट पहात होते तो प्रात्यक्षिक व सांस्कृतिक कार्यक्रम सुरू झाला. स्काय डायव्हिंग, केअर डेव्हिल्स या लष्कराच्या मोटार सायकलपटूंचा ९ गाड्यांवर ८१ जणांनी स्वार होण्याच्या विश्वविक्रमी प्रात्यक्षिकांनी उपस्थितीची मने जिंकली. उद्‌घाटन

समारंभाचे खास आकर्षण ठरलेले ‘कम ऑन राजू कमॉन’ या शामल दावर यांच्या गीताची झलक समारोपात पुन्हा पेश करण्यात आली. यानंतर महाराष्ट्राच्या संस्कृतीचे दर्शन घडविणारा ‘महाराष्ट्राचे मोती’ हा रंगतदार कार्यक्रम पार पडला.स्वरसम्राज्ञी लता मंगेशकर यांनी उद्‌घाटनाच्या वेळी गायलेले ‘कदम कदम पे नक्श है’ हे गीत गायल्यानंतर ‘आकाश के ऊस पार भी आकाश है’ हे निरोपाचे गाणे गायले व नंतर रेमो फर्नांडिस यांच्या ‘राजू, राजू कुठे गेला तू, राजू, राजू केअर आर यू, राजू आला, राजू आला, त्याला जंगलात नेऊ या चला या गाण्याने सर्वांना अलविदा केला. क्रीडाज्योत हळूहळू मावळण्यात आली आणि स्मरणीय राष्ट्रीय क्रीडा स्पर्धेचे सूप वाजले.

स्पर्धा सात वर्ष उशिरा झाली तरी ती पुढील अनेक वर्ष स्मरणात रहाणारी ठरली. राष्ट्रीय क्रीडा स्पर्धा कशी भरवावी याचा पायंडा पुण्यातील स्पर्धेने घालून दिला. आजही राष्ट्रीय स्पर्धा सुरू झाली की खेळाडू, क्रीडा संघटकांना पुण्याच्या यादगार पाहुणचाऱ्यांची आठवण होते. खरंच पुणे तेथे काय उणे’ याची प्रचिती क्रीडाक्षेत्राला राष्ट्रीय क्रीडा स्पर्धेच्या निमित्ताने आली.

राष्ट्रीय क्रीडा स्पर्धा – महाराष्ट्र १९९४

	संघ	सुवर्ण	रौप्य	कांस्य	एकूण
१	महाराष्ट्र	४३	४४	५१	१३८
२	दिल्ली	३४	३३	३०	९७
३	तामिळनाडू	२७	२९	२४	८०
४	कर्नाटक	२६	२९	२७	८३
५	पंजाबब	२६	२६	२९	८१
६	प. बंगाल	२२	१४	२७	६३
७	हरियाणा	१६	०६	१५	३७
८	चंडिगड	१५	०७	१४	३६
९	मणिपूर	१३	११	१८	४२
१०	केरळ	१२	१९	१५	४६

बेंगलोर स्पर्धेचे शुभंकर - नंदू

नॅशनल गेम्समधील क्रीडाप्रकार

अॅथलेटिक्स	जलतरण	सायकलिंग
वेटलिफ्टिंग	नेमबाजी	तलवारबाजी
कुस्ती	जिम्नॉस्टिक्स	टेनिस
रोईंग	फुटबॉल	तिरंदाजी
अश्वरोहण	सिलिंग	मुष्टियुध्द
हॉकी	पेंटथलॉन	कयाक व कोनाईंग
बास्केटबॉल	हॅंडबॉल	व्हॉलीबॉल
ज्युडो	टेबलटेनिस	बॅडमिंटन
तायक्कादो	ट्रायथलॉन	सपकटकरॉव
वुशु	बीच हॅन्डबॉल	खो-खो
लॉन बॉल्स	नेटबॉल	रग्बी सेव्हन
स्वॉश	बीच व्हॉलीबॉल	यार्टिंग

मैदानात यश,
मैदानाबाहेर अपयश

पुण्यात झालेल्या तिसऱ्या राष्ट्रीय क्रीडा स्पर्धेने देशातील सर्वोत्तम क्रीडा सोहळ्यास नवा राजमार्ग दाखविला. पुण्यानंतर राष्ट्रीय क्रीडा स्पर्धेची गाडी दर दोन वर्षांनी चुरशीच्या लढती दाखवत व देशातील क्रीडाप्रतिमेचे दर्शन घडवित धावेल अशी आशा होती. भारतीय क्रीडा क्षेत्रात आशेचे निराशेत रुपांतर होण्यास वेळ लागत नाही. स्पर्धा वेळेवर न होण्याचे ग्रहण बेंगलोरमधील चौथ्या राष्ट्रीय क्रीडा स्पर्धेस लागले. या ग्रहणाची छाया इतकी दाट होती की यामुळे स्पर्धेच्या संयोजनाचा बोजवारा उडाला. मैदानात सुवर्णयश संपादणारा यजमान कर्नाटकला मैदानाबाहेर सपशेल अपयश पहावे लागले.

प्रारंभी आवश्यक त्या क्रीडासुविधा नाहीत म्हणून तर नंतर त्याच्या उभारणीवर विलंब झाला म्हणून चौथी राष्ट्रीय क्रीडा स्पर्धा २ वर्ष लांबली. १९९५ मध्ये होणारी स्पर्धा ३१ मे ते ११ जून १९९७ कालावधीत पार पडली. भारतीय ऑलिम्पिक संघटनेने स्पर्धा मे ९७ पर्यंत घेतल्याच पाहिजेत असा आदेश दिल्यानंतर बेंगलोरमध्ये कामास वेग आला. या वेळेची शर्यत पूर्ण गाठण्याच्या घाईत अनेक कामे अर्धवटच राहिली. त्यात या स्पर्धेच्या संयोजनात स्थानिक क्रीडा संघटकांना डावलण्यात आले. या स्पर्धेच्या संयोजन समितीमध्ये बहुतेक सर्व पातळीवर सरकारी अधिकाऱ्यांचा समावेश होता. सर्व राज्य व स्थानिक क्रीडा संघटना स्पर्धेपासून दूर असल्याने संयोजनात

कोणीही झोकून काम करताना दिसले नाही. याचा प्रत्यय उद्‌घाटन समारंभात पदोपदी आला. तिसऱ्या राष्ट्रीय क्रीडा स्पर्धेमुळे पुण्याचा चेहरा मोहरा बदलला होता. स्पर्धा पुण्यापासून १५ किलोमीटर लांब असतानाही शहरात स्पर्धेविषयी चर्चा ऐकऱ्यास येत होती. बेंगलोरमध्ये शहरातच जुन्या मैदानाचे नूतनीकरण करून स्पर्धा होणार होती. तरीही उत्साह कोठेच नव्हता. पुण्यात चौकाचौकात 'राजू' नावाचे बोधचिन्ह लक्ष वेधून घेत होते. बेंगलोरमध्ये नंदू हे शुंभकर खेळाडूंना शोधूनही सापडत नव्हते. पहिल्या तीन स्पर्धेत बोधचिन्ह हे वाघाचे प्रतिक होते. मात्र बेंगलोरमध्ये 'नंदू' हे नंदीबैलाचे नवे बोधचिन्ह वापरण्यात आले.

कर्नाटकी संयोजकांची विसंगती उद्‌घाटन समारंभात स्पष्टपणे जाणवत होती. बेंगलोरमधील राष्ट्रीय क्रीडा स्पर्धेच्या उद्‌घाटन सोहळ्यात पुण्यात घडलेल्या प्रत्येक गोष्टीची बरोबरी करण्याचा प्रयत्न होता. परंतु तो असफल ठरला. पुण्यात लता मंगेशकर आल्या म्हणून बेंगलोरमध्ये दक्षिणेतील लोकप्रिय अभिनेते डॉ. राजकुमार यांना स्पर्धा गीत गाण्यासाठी आणण्यात आले. हे गीत कर्नाटकी भाषेत असल्यामुळे त्याचा आशय देशभरातील खेळाडूंपर्यंत

जाऊ शकला नाही. ऑलिम्पिक, आशियाई क्रीडा स्पर्धेच्या उद्‌घाटन समारंभाचे काही नियम असतात. काही संकेत असतात. त्यानुसार क्रीडा ज्योत प्रज्वलन, ध्वजारोहण, शपथ, उद्‌घाटनाची घोषणा या सर्व गोष्टीचा एक निश्चित क्रम असतो. हा क्रम बेंगलोरमध्ये पाळण्यात आला नाही. खेळाडूंच्या संचलनापासून ते समारंभाच्या शेवटपर्यंत पहावे तिकडे सावळा गोंधळच दिसून येत होता. साहजिकच संपूर्ण उद्‌घाटन सोहळा विस्कळीत झाला.

संचलनाच्या आधी हवाईदलाच्या जवानांनी तिरंगी छत्र्यातून उड्या मारून स्काय ड्रायव्हींग केले. हा एक कार्यकम वगळता एकाही कार्यक्रमाने कुणाचेही लक्ष वेधले नाही. गत विजेत्याला संचालनाच्या आघाडीचा बहुमान दिला जातो. पण यासाठी सुद्धा आपला हक्क बजाविण्याकरीता गतविजेता महाराष्ट्र संघाच्या व्यवस्थापकांना खूप वेळा हुज्जत घालावी लागली. अखेर भगवा फेटा, निळा ब्लेझर, पांढरी पँट अशा रुबाबदार पोशाखात महाराष्ट्राच्या ५०३ जणांच्या पथकांने सर्वप्रथम संचलन केले. नेमबाज अशोक पंडितने पथकाचे नेतृत्व केले तर जम्बो पथकाचे प्रमुख रोईंग संघटक चंद्रकांत शिरोळे होते. सर्वात शेवटी संचलन करणाऱ्या यजमान कर्नाटकाच्या पथकाने हद्दच केली. अंतर्गत वादामुळे निषेध नोंदविण्यासाठी निम्म्या खेळाडूंनी आपल्या सरावाच्या गणवेशात संचलन केले. सर्वात मोठ्या कर्नाटकाच्या पथकाच्या मध्यभागी रंगीबेरंगी पोषाखात आलेल्या या संघाने संचलनाचा नूरच बिघडला. राष्ट्रपती डॉ. शंकरदयाळ शर्मा यांच्या प्रमुख उपस्थितीत या क्रीडाक्षेत्राचा गोंधळाचा खेळ सुरू होता. कर्नाटकचा धावपटू डी. वाय. बिरादारच्या हस्ते क्रीडाज्योत प्रज्वलित करण्यात आली. स्पर्धेचे प्रतिकात्मक चिन्ह नंदूचे आगमन हा एक प्रचंड टाळ्या घेणारी बाब ठरली. पण यानंतर आयोजन विस्कळीत पद्धतीने झाले. सांस्कृतिक समारंभातील प्रत्येक कार्यक्रम वेगवेगळा होता. एकमेकांशी त्याचा काहीही संबंध आहे. असे जाणवले नाही. यामुळे एकत्रित परिणाम साधण्याच्या दृष्टीने उद्‌घाटन समारंभ अपयशी ठरला. केरळ व पुण्यातील उद्‌घाटने दीर्घकाळ लक्षात राहणारी होती. मात्र बेंगलोरने दिल्लीचा कित्ता गिरविला. विस्कळीत संयोजनाबरोबर आपलेपणाच्या भावनेचा अभाव असल्याने कर्नाटकातील स्पर्धा उद्‌घाटन सभारंभ निष्प्रभ ठरला.

तीन वेळा पुढे ढकललेली चौथी राष्ट्रीय क्रीडा स्पर्धा कशीबशी १ जूनपासून सुरू झाली. २६ क्रीडाप्रकारांमध्ये १९०६ पदकांसाठी हजाराहून अधिक खेळाडू झुंजणार होते. बेंगलोरबरोबरच म्हैसूरमध्ये काही क्रीडाप्रसार होणार होते. तिरंदाजी जिम्नॅस्टिक, हँडबॉल, टेबलटेनिस, कुस्तीच्या लढती म्हैसूरमध्ये रंगणार होत्या. विक्रमी पदकासाठी चुरशीच्या लढती रंगल्या तेव्हा सर्वप्रथम सुवर्णपदक जिंकण्याचा मान महाराष्ट्राला मिळाला. गुरुनानक भवनमध्ये सुरू झालेल्या वेटलिफ्टिंग स्पर्धेत ४६ किलो गटात सांगलीच्या मधुरा सिहासनेने १३७.५ किलो सर्वाधिक वजन उचलून स्पर्धेतील पहिले सुवर्णपदक

जिंकण्याचा मान मिळविला. महाराष्ट्राची सुरुवात सोनेरी पदकाने झाले तरी गत स्पर्धेप्रमाणे मराठी खेळाडू चमक दाखवू शकले नाही. ॲथलेटिक्स, जिम्नॅस्टिक्स प्रकारात महाराष्ट्रीयन खेळाडूंनी निराशाजनक कामगिरी केली. नेमबाजांच्या लक्षवेधी यशामुळे कसाबसा महाराष्ट्राचा संघ पहिल्या पाचमध्ये दिसू शकला. तर क्रीडाक्षेत्रातील नवी शक्ती म्हणून कर्नाटकचा उदय झाला.

दिल्लीत महाराष्ट्राने ज्याप्रमाणे जलतरणाच्या यशाच्या जोरावर सर्वसाधारण विजेतेपद कमावले होते. तशीच कामगिरी चौथ्या राष्ट्रीय क्रीडा स्पर्धेत कर्नाटकने केली. १० वर्षांपूर्वीची महाराष्ट्राची मक्तेदारी पुण्यातील स्पर्धेतच संपुष्टात आली होती. दुसरीकडे पुण्याप्रमाणेच घरच्या तलावावर कर्नाटकच्या जलतरणपट्टूंनी अपेक्षेप्रमाणे संपूर्ण वर्चस्व गाजविले. २२ सुवर्ण, १३ रौप्य व ९ कांस्यपदके जिंकून कर्नाटकने केवळ जलतरण शर्यत नव्हे तर संपूर्ण स्पर्धा गाजविली. या सोनेरी यशाचा कळस गाठला तो जे. अभिजित व निशा मिलेट कर्नाटकच्या या दोन्ही खेळाडूंनी स्पर्धेतील सर्वोत्तम खेळाडूंचा बहुमान मिळविला. जलतरण तलावावर कर्नाटक, केरळ व दिल्ली या तीन राज्यातच चुरस होती. यजमान राज्य पदक जिंकण्यात अग्रेसर होते. कर्नाटकच्या जलतरणपट्टूंनी केवळ पदकेच जिंकली नाहीतर नवे राष्ट्रीय विक्रम, स्पर्धा विक्रम नोंदवून आपली मक्तेदारी भविष्यातही कायम राहील अशी ग्वाही दिली. स्पर्धेत निशा मिलेट, जे अभिजितसह सजनी शेट्टी, मेघना नारायण, हकीम उद्दीत यांनी उल्लेखनीय कामगिरी बजाविली. सर्वोत्कृष्ट खेळाडूंचा मानकरी ठरलेल्या अभिजितने डझनभर पदके खिश्यात घातली. ७ सुवर्णपदकावर आपले नाव कोरणाऱ्या अभिजीतने ४ विक्रम नोंदवून खरी कमाल केली. तर १५ वर्षीय निशाने ९ सुवर्णपदके जिंकून पुरुषांपेक्षा सरस कामगिरीचे प्रदर्शन घडवले. महिला जलतरणात निशा, सजती शेट्टी व मेघना नारायण यांच्या संघाने सर्वच्या सर्व १५ शर्यती जिंकण्याचा पराक्रम केला. जलतरणात महाराष्ट्राच्या तेजस्वी शेट्टी, झेबा वाडियाने शर्थीचे प्रयत्न केले, परंतु अनुभव नसल्याने त्यांची रौप्यपदकापर्यंतच मजल गेली. पुण्यातील स्पर्धेप्रमाणे महाराष्ट्राच्या जलतरणपटूंनी दुधाची तहान ताकावर भागविली. वॉटरपोलोत महाराष्ट्राच्या दोन्ही संघाने बाजी मारली. पुरुषांनी अव्वल साखळी लढतीत दिल्लीचा ९-२ ने धुव्वा उडविता. तर महिला संघाने पश्चिम बंगालला १०-८ गोलने पाणी पाजून सुवर्णपदकावर हक्क प्रस्थापित केला. डायव्हिंगमध्ये

नाशिकच्या विराज पाटीलने २ सुवर्णपदके जिंकून शर्यतीत गमविलेले अस्तित्व जलतरण तलावावर दाखवून दिले.

पुण्यातील स्पर्धेत ॲथलेटिक्स मैदान राजीव बालकृष्णनच्या सुवर्णयशाने गाजलो होते. परंतु अमेरिकेत प्रशिक्षण घेत असल्याने राजीव बेंगलोर स्पर्धेत सहभागी होऊ शकला नाही. त्याची थोडी उणीव मुंबईच्या रचिता मिस्त्रीने मानाची १०० मीटरची शर्यत जिंकून भरून काढली. देशातील वेगवान धावपटू बनलेल्या रचिताने प्रथमच राष्ट्रीय क्रीडा स्पर्धेत सहभागी घेऊन पदार्पणातच सुवर्णयश संपादन केले होते. राजीव बालकृष्णनच्या अनुपस्थितीत दिल्लीच्या अमित खन्नाने १०० मीटरची शर्यत विक्रमासह जिंकून वेगवान धावपटूचा किताब मिळविला. १०० मीटरनंतर थेट दीर्घ अंतराच्या मॅरेथॉन शर्यतीत महाराष्ट्राला सोनेरी यश दिसले ते हर्षदा जोशीमुळे. पर्यायी प्रवेशिका म्हणून उतारलेल्या हर्षदाने ४८ कि. मी. ची शर्यत ३.१९.४८ सेकंदांत पूर्ण करून महाराष्ट्राची शान वाढविली. या शर्यतीत सत्यभामा संभाव्य विजेती गणली जात होती. शर्यतीत पोटात दुखू लागत असल्याने तिने शर्यत मधेच सोडली व तिला प्रोत्साहीत करण्याच्या दृष्टीने धावणाऱ्या हर्षदा अनपेक्षितपणे विजेती बनली. हर्षदाच्या ॲथलेटिक्स कारकिर्दीतील हे स्वप्नवत यश ठरले. अमेरिकन कंपनीने बसविलेल्या सिंथेटिक ट्रॅकचा पाया कच्चा असल्याने सुरू होण्यापूर्वीच ॲथलेटिक्सची स्पर्धा वादाच्या भोवऱ्यात अडकली होती. कृत्रिम ट्रॅकचा पाया खचला अशी तक्रार कर्नाटकच्या खेळाडूंनी करून खळबळ उडवून दिली होती. सुरळित शर्यती सुरू झाल्या, तेव्हा कुठे संयोजकांच्या जीवात जीव आला तोच शर्यती सुरू अताना स्टेडियममध्ये प्रेक्षकांनी हुल्लडबाजी करून स्पर्धेस गालबोट लावले. प्रेक्षकांच्या गदारोळात चंदीगडची धावपटू नीलम जखमी झाली. परंतु ॲथलेटिक्स ट्रॅकवर कर्नाटकने सर्वोत्तम पदके जिंकून झालेल्या उणीवा, चुका विसरण्यास लावल्या.

बेंगलोरमध्ये महाराष्ट्राची लाज राखली ती नेमबाजांनी. त्यात महिलांचा वाटा सिंहाचा होता. नेमबाजीत ९ सुवर्णपदके मिळाली नसती तर हरियाणा, तामिळनाडू व छोटे मणिपूर यांच्यासह १५ सुवर्णात महाराष्ट्राला समाधान शोधावे लागले असते. गत स्पर्धेतील सर्वोत्तम खेळाडू अशोक पंडित सुवर्णपदकाची पुनरावृत्ती करू शकला नाही. मात्र युवा नेमबाज विश्वजित शिंदे, चेतन देशमुख यांनी अव्वल यश संपादन करून राज्याची नेमबाजीतील

बेंगलोरमधील सर्वोत्कृठ त्रिमूर्ती..
जसपाल राणा, निशा मिलेट, जे अभिजित

सुवर्ण परंपरा कायम राखली. आंतरराष्ट्रीय स्पर्धा गाजविणारा जसपाल राणाला सुरुवातीचे दोन दिवस पराभूत व्हावे लागले. तिसऱ्या दिवशी सूर गवसताच पराभव ते जागतिक विक्रम अशी त्याची झेप त्याला सर्वोत्तम खेळाडूच्या पुरस्काराकडे घेऊन गेली. आवडत्या सेंटरफायर पिस्तुल प्रकारात जसपालने ६०० पैकी ५९०गुणांची नेमबाजी करून विश्वविक्रमाला गवसणी घातली. मात्र त्याने ही कामगिरी आंतरराष्ट्रीय शूटिग संघटनेच्या कार्यकक्षेबाहेरील स्पर्धेत केल्यामुळे त्याची नोंद झाली नाही. महाराष्ट्राच्या महिलांनी नेमबाजीत ७ सुवर्णपदकांची कमाई केली. दीपाली देशपांडे, अंजली वेदपाठक, अनुजा तेरे, हरविंदर कौर, यांनी उल्लेखनीय यश संपादून महाराष्ट्राची लाज राखली.

देशी कुस्ती, कबड्डी, खो-खोमध्ये यशापयशाचा खेळ महाराष्ट्राचा पहावा लागला. कुस्तीत दोनच पदके मिळाली. गोकुळ वस्ताद तालमीच्या काका पवारने ५४ किलो वजनी गटात सलग दुसऱ्यांदा सुवर्णपदक पटकावले. तर कोल्हापूरच्या लाल मातीतील रविंद्र पाटीलने प्रथमच स्पर्धेत खेळताना रौप्यपदकाची आश्वासक कामगिरी केली. कुस्ती स्पर्धा नव्या नियमानुसार खेळवली जात असताना पंजाबने आपल्या विजेतेपदाचा किल्ला अबाधित राखला.

परदेशी खेळांच्या स्पर्धा विविध कारणांमुळे वादग्रस्त ठरत असतानाच कबड्डी व खो-खो स्पर्धा यशस्वी संयोजन व प्रशिक्षकांच्या उदंड प्रतिसादाने स्मरणात राहाण्यासारखी पार पडली. खो-खोत सलग चौथ्यांदा महाराष्ट्राच्या पुरुष संघाने सुवर्णपदाचे शिखर गाठले. पारंपरिक प्रतिस्पर्धी कर्नाटकचा चुरशीच्या लढतीत अवघ्या ५ गुणांनी हरवून महाराष्ट्राने आपल्या वर्चस्वाला धक्का बसू दिला नाही. महिला खो-खोत घोर निराशा पदरी पडली. गतविजेता महिला संघ कास्यपदकही मिळवू शकला नाही. तिसऱ्या क्रमांकाच्या लढतीत १ गुणारने मध्यप्रदेशने महाराष्ट्राला पदकापासून वंचित ठेवले. जी रडकथा महिला खो-खोची तीच पुरुष कबड्डी संघाची. बेंगलोरमध्ये साखळी सामन्यातच पुरुष संघ गारद झाला. आंतरराष्ट्रीय खेळाडूंचा भरणा असलेल्या कर्नाटकने सेनादल संघाला ४२-२४ गुणांनी आरामात पराभूत करून हजारो पाठिराख्यांच्या साथीने जल्लोषात विजयश्री साजरी केली. दिल्ली, केरळ, पुण्यात जे घडेल तोच कित्ता महिला कबड्डीपटूंनी बेंगलोरमध्ये गिरविला. अंतिम फेरी पाठून अवघ्या दोन गुणांनी महाराष्ट्राला पराभूत व्हावे लागले. आंधप्रदेशने महाराष्ट्राला हरवले. ३३-३५ अशी सुवर्णयशाने मराठी खेळाडूंना हुलकावणी दिली. अंतिम फेरी गाठून १-२ गुणांनी पराभूत होण्याची ही महाराष्ट्राची चौथी वेळ होती. कबड्डी स्पर्धा गाजली ती दहा हजारापेक्षा जास्त क्रीडाप्रेमींच्या उपस्थितीमुळे. देशी खेळांना असा प्रतिसाद यापूर्वीच्या तीनही स्पर्धांना मिळाला नव्हता.

आंतरराष्ट्रीय स्पर्धांचा अनुभव असणाऱ्या महाराष्ट्राच्या टेनिस संघाने सांघिक लढतीसह दुहेरीतही सुवर्णपदकावर हक्क प्रस्थापित केला. नितीन कीर्तने, गौरव नाटेकर, असीफ ईस्माईल, संदीप कीर्तने, यांनी टेनिसमध्ये ठसा उमटविला. दुहेरीत अंतिम व एकेरीतील कांस्यपदकाच्या लढतीत महाराष्ट्राचे खेळाडू एकमेकांसमोर लढले. महिलांनी सांघिक स्पर्धेत कांस्य तर दुहेरीत रौप्यपदकाची कमाई केली. टेनिस स्पर्धेत प्रल्हाद श्रीनाथ, साई जयलक्ष्मी, रश्मी चक्रवर्ती या एकापेक्षा एक वरचढ खेळाडूंच्या जोरावर तामिळनाडू विजेता बनला. बॅटमिंटनमध्ये १ सुवर्ण, ३ रौप्य व ४ कांस्य अशी चमकदार कामगिरी महाराष्ट्राने केली. एकेरीत की. गोपीचंदच्या अनुपस्थितीत महाराष्ट्राच्या विजय लन्सीने दिल्लीच्या श्रीकांत बक्षीवर मात करून राष्ट्रीय स्पर्धा जिंकण्याचे स्वप्न पूर्ण केले. पुरुष व महिला दुहेरीत मराठी खेळाडूंना रौप्यपदकापलीकडे

कामगिरी उंचविता आली नाही. पुण्याच्या अर्चना देवधरने कांस्यपदकाची कामगिरी करून तिने सलग तीन स्पर्धेत पदक जिंकण्याची हॅटट्रिक नोंदविली.

वैयक्तिक क्रीडाप्रकारात कामगिरी खालाविलेल्या महाराष्ट्राची सांघिक स्पर्धेतही कामगिरी उंचावली नाही. वॉटरपोलो, पुरुष खो-खो, पुरुष हॉकी, महिला कबड्डी व महिला बास्केटबॉल संघाने अंतिम फेरीत दाखल होऊन अर्धा डझन सुवर्णपदकांसाठी झुंज दिली. मात्र खो-खो, वॉटरपोलोतच महाराष्ट्र सर्वोत्तम ठरला. महिला बास्केटबॉल लढतीत गतविजेत्या महाराष्ट्राला पश्चिम बंगलाकडून पराभूत व्हावे लागले. पुरुषांच्या गटात अपेक्षेप्रमाणे पंजाबने आपली सोनेरी परंपरा कायम राखली. खुल्या राष्ट्रीय हॉकी स्पर्धेत पंजाबचा पुरुष संघ उपांत्यपूर्व फेरीसाठीही पात्र ठरला नव्हता. मात्र राष्ट्रीय क्रीडा स्पर्धेत अंतिम सामान्यात पंजाबने महाराष्ट्राला हरवून वरिष्ठ स्पर्धेतील दु:ख थोडे हलके केले. व्हॉलीबॉलमध्ये आंध्रप्रदेशच्या पुरुष संघाने तर केरळच्या महिलांनी अपेक्षेप्रमाणे सुवर्णपदकावर आपल्या यशाचा शिक्का मारला. साखळीत पंजाबकडून मानहानिकारक पराभव पत्करल्यानंतर आंध्रच्या पुरुष संघाने अंतिम लढतीत केलेली परतफेड उल्लेखनीय ठरली. महिला व्हॉलीबॉल सामन्यात पहिला गेम गमविल्यानंतर बहारदार खेळ करून महाराष्ट्राच्या संघाने कास्यपदक मिळवले. नामांकित खेळाडूंचा भरणा असण्याचा केरळने फु टबॉलचे सुवर्णपदक खिश्यात घालून अपेक्षापूर्ती केली.

स्पर्धेतील २५ संघात कर्नाटकने बाजी मारली. ७२ सुवर्ण, ४५ रौप्य व ५१ कांस्य ही त्यांची कामगिरी अपेक्षेपेक्षाही सरस ठरली. या स्पर्धेचे निर्विवाद विजेते म्हणून त्यांचा उल्लेख करावा लागेल. हे यश आणि सांघिक विजेतेपदासाठीच राजा भालिंदरसिंग करंडक मिळविण्यासाठी यजमान संघातील स्पर्धकांनी कठोर मेहनत केली होती. प्रचंड खर्च करून भरवलेल्या या स्पर्धेतून कर्नाटकने केलेली हीच खरी कमाई म्हणावी लागेल. शिवछत्रपती क्रीडा नगरीत १५ दिवसाचे सराव शिबीर घेतल्यानंतरही महाराष्ट्राची कामगिरी गतस्पर्धेच्या जवळपास गेली नाही. पाचव्या स्थानावर घसरलेल्या महाराष्ट्राला २४ सुवर्ण, २८ रौप्य व ३३ कांस्यपदकावर संतुष्ट व्हावे लागले. स्पर्धाकाळात एकूण ८७ विक्रम नोंदवले गेले. त्यातील १९ अॅथलेटिक्समध्ये, २९ जलतरणात, २४ वेटलिफ्टिंगमध्ये, याकिंगमध्ये ९ आणि नेमबाजीत ६ स्पर्धा विक्रम झाले. २४ नव्या राष्ट्रीय विक्रमांचीही नोंद झाली. स्पर्धेच्या इतिहासात

राष्ट्रीय क्रीडा स्पर्धा कर्नाटक १९९७

	संघ	सुवर्ण	रौप्य	कांस्य	एकूण
१	कर्नाटक	७२	४५	५१	१६८
२	पंजाब	४४	२८	४०	११२
३	दिल्ली	३६	४५	३८	११९
४	केरळ	२६	१९	२०	६५
५	महाराष्ट्र	२४	२८	३३	८५
६	सेनादल	२१	२१	१२	५३
७	हरियाणा	१५	१३	४१	६९
८	तामिळनाडू	१५	१३	२०	४८
९	मणिपूर	१५	१०	१७	४२
१०	उत्तरप्रदेश	१२	१२	१८	४२

प्रथमच प्रायोजक कंपनीने खेळाडूंना बक्षीस देऊन गौरवले. स्पर्धा व्हिडिओकॉनने पुरस्कृत केली होती. संयोजनासाठी २ कोटी रुपये देणाऱ्या व्हिडिओकॉन कंपनीने स्पर्धेतील पदकविजेत्यांना टी.व्ही., फ्रिज, वॉशिंग मशिन या इलेक्ट्रॉनिक वस्तू बक्षिसरूपाने दिल्या, तसेच प्रत्येक खेळाडूंना स्पर्धेची आठवण कायम रहाण्यासाठी घड्याळही भेट दिले.

कर्नाटकने मैदानात भरभरून यश संपादन केले. मात्र मैदानाबाहेर संयोजनात त्यांना अपयश स्वीकारावे लागले. आयोजनात सर्व स्तरांवर गंभीर त्रुटी राहिल्या. त्याचा फटका बाहेरील राज्यातील खेळाडूंना बसला. लाखो रुपये खर्च करून उभारण्यात आलल्या क्रीडाग्रामात मूलभूत सुविधा नव्हत्या. पिण्याच्या पाण्यासाठी खेळाडू वणवण फिरत होते. रुममध्ये फॅन नसल्याने रात्री अनेक खेळाडूंनी रस्त्यावर झोपणे पसंत केले. आजारी पडलेल्या खेळाडूंनी वेळेवर औषधोपचार मिळाले नाही. पावसामुळे ॲथलेटिक्स, बास्केटबॉल स्पर्धा थांबवाव्या लागल्या. त्यात कहर म्हणजे ॲथलेटिक्स शर्यती सुरू असताना प्रेक्षकांनी हुल्लडबाजीकरून स्पर्धेस गालबोट लावले. फुटबॉल स्पर्धेच्या दरम्यान स्टेडियममध्ये प्रेक्षकांनी गोंधळ घातला. खेळाडूंना

दिल्या जाणाऱ्या भोजनासंबंधी खेळाडूंचा नाराजीचा सूर होता. संयोजनातील त्रुटी शेवटच्या दिवसापर्यंत दूर झाल्या नाहीत, तरी जाता जाता समारोप समारंभ कडू आठवणींना विसरविणारा ठरला.

यजमान कर्नाटकने निर्विवाद वर्चस्व गाजविलेल्या स्पर्धेचा समारंभ एक विजयोत्सवच होता. या विजयोत्सवापासून बेंगलोरवासी दूरच राहिले. कर्नाटकच्या परंपरांचे दर्शन घडविणारे संगीत-नृत्याचा कार्यक्रम, स्काय ड्रायव्हिंग, भव्य आतषबाजी आणि वैशिष्ट्यपूर्ण 'दीपांजली' हा कार्यक्रम समारोप समारंभाचे आकर्षण ठरले. विक्रमांनी गाजलेला स्पर्धेचा शेवट गोड झाला. कर्नाटकामधील स्पर्धा अनेक अर्थाने विक्रमी ठरल्या आतापर्यंतच्या राष्ट्रीय क्रीडा स्पर्धांमधील सर्वाधिक खेळाडू या स्पर्धेत सहभागी झाले होते. सर्वाधिक खेळांच्या स्पर्धा बेंगलोरमध्ये झाल्या व सर्वाधिक पदके वितरीत करण्यात आली. या स्पर्धेत विक्रमी म्हणजे १०१ स्पर्धा विक्रम मोडले, तर जसपाल राणाने नेमबाजीत जागतिक विक्रमाइतकी कामगिरी नोंदवून या स्पर्धेचा एक वेगळे परिमाण प्राप्त करून दिले.

पंतप्रधान इंद्रकुमार गुजराल यांनी चौथी राष्ट्रीय क्रीडा स्पर्धा संपल्याची घोषणा केल्यानंतर सांस्कृतिक सोहळा रंगला. समारंभाची सुरुवात खेळाडूंच्या एकत्रीत संचलनाने झाली. संचलनावर हेलिकॉप्टरमधून गुलाब पाकळ्यांची वृष्टी करून खेळाडूंनी केलेल्या कामगिरीचे संयोजकांनी कौतुक केले. अभिनेते डॉ. राजकुमार यांनी 'क्रीडा मेला चेतन शीला' हे गीत सादर करून उपस्थितांची दाद मिळविली. 'जप भारत जप कर्नाटक' हे बाराशे विद्यार्थ्यांनी सादर केलेल्या गीताने प्रेक्षक हेलावून गेले. बोधचिन्ह नंदूचे महती सांगणारे काव्यनृत्य लक्षवेधी ठरले. आठशे मुला-मुलींनी सादर केलेल्या नृत्यातील सहजता व समन्वय लक्षणीय होता. शेवटी नंदूचा 'बिदाई नंदू पंदारो नंदू' या हिंदी गीताने भावपूर्ण निरोप देण्यात आला. स्पर्धा संपताच कडू गोड आठवणींची शिदोरी घेऊन पुन्हा मणिपूरमध्ये भेटू असे सांगत देशभरातील क्रीडापटू घरी परतले.

राज्य लहान, कीर्ती महान

दूरवर पसरलेला डोंगररांगा दऱ्याखोऱ्यातील आरुंद रस्ते. रेल्वे नाही. लोकसंख्या अवघी १२ लाखाच्या घरात. अतिरेकी कारवायांमुळे युवकवर्ग बिथरलेला. अशा पूर्वेकडील छोट्याश्या मणिपूर राज्यात राष्ट्रीय क्रीडा स्पर्धा कशी पार पडेल याबाबत अनेक प्रश्न होते. १४ फेब्रुवारी १९९९ रोजी मणिपूरमध्ये पाचवी राष्ट्रीय क्रीडा स्पर्धा सुरू झाली आणि पाहातापाहाता इम्फाळमधील स्पर्धा दृष्ट लागावी अशी पार पडली. उद्घाटनाच्या स्काय डायव्हिंगपासून ते समारोपाच्या आतषबाजीपर्यंत सारं काही डोळ्याचे पारणे फेडणारी दृश्य. स्पर्धेच्या संयोजनात काही तुटी होत्या तरी मणिपुरी पाहुणचाराने त्यावर मात केली आणि सर्वसाधारण विजेतेपद जिंकून मणिपूरच्या खेळाडूंनी राज्यात नव्या क्रीडासंस्कृतीचा उदय केला.

चौथी राष्ट्रीय क्रीडा स्पर्धा मणिपूरची राजधानी इम्फाळमध्ये भरविली जाणार होती. परंतु पायाभूत सुविधांसाठी केंद्र शासनाने ३५ कोटी मंजूर केले नाही. म्हणून १९९५ मध्ये कर्नाटकच्या स्पर्धा संयोजनाचा मान मिळाला. दरम्यानच्या काळात आसामप्रमाणेच मणिपूरमधील अतिरेक्यांच्या कारवाया वाढल्या या कारवायांना शह देण्यासाठी अखेर १५७ कोटी भलीमोठी रक्कम मंजूर करून मणिपूर राज्यात देशातील सर्वोत्तम स्पर्धा घेण्यावर निर्णय झाला. १९९८ मध्ये वर्षभरातच देखणी अशी क्रीडानगरी इम्फाळ शहराच्या मध्यवर्ती

खुमान लम्पाक क्रीडानगरी, इम्फाळ

भागातून वाहणाऱ्या नदीच्या किनाऱ्यावर निर्माण करण्यात आली. ॲथलेटिक्सचा सिंथेटिक ट्रॅक, सायकलिंग वेलोडॅम, ॲस्ट्रोटर्फ हॉकी मैदान, आंतरराष्ट्रीय दर्जाचा जलतरण तलाव, शुटींग रेंज व २ भव्य इनडोअर हॉल अशा विविध खेळांच्या सुविधा एकाच खुमान लम्पाक क्रीडानगरीत उभारण्यात आल्या. मुख्य ॲथलेटिक्स स्टेडियमला इलेक्ट्रानिक स्कोअरबोर्डने वेगळीच शोभा आली होती. राष्ट्रीय क्रीडा स्पर्धेसाठी अशी सुसज्ज क्रीडानगरी पूर्वांचल राज्यात प्रथमच बांधण्यात आली. मणिपूरच्या क्रीडाविकासाला गती देण्यासाठी ही क्रीडानगरी देणगी ठरली. पायाभूत सुविधा निर्माण करून आंतरराष्ट्रीय खेळाडू घडवणे हा राष्ट्रीय क्रीडा स्पर्धेमागचा उद्देश इम्पाळमध्ये पूर्णपणे सफल झाला. इम्फाळ पासून नैऋतेकडे ६ कि. मी. अंतरावर दहा हजारपेक्षा जास्त खेळाडूंच्या निवासासाठी स्वतंत्र क्रीडाग्राम उभारण्यात आले. छोटी छोटी ६ खोल्याची बैठी घरे असणारी क्रीडाग्राम म्हणजे एक छोटे नगरच होते.

स्पर्धा सुरू होण्यापूर्वीच सर्व पायाभूत, सुविधांसह सज्ज असलेले इंम्फाळ पहिलेच स्पर्धा शहर होते. यापूर्वीच्या केरळ, पुणे, बेंगलोर स्पर्धेत काही स्टेडियमची बांधकामे वेळेत न झाल्याने सामने दुसऱ्या ठिकाणी घ्यावे लागले होते. 'हिऱ्यामोत्यांची भूमी' असणाऱ्या मणिपूरमधील पाचव्या राष्ट्रीय क्रीडा

स्पर्धेच्या वातावरण निर्मितीसाठी जिल्ह्यातून क्रीडाज्योतिची मशाल यात्रा काढण्यात आली. या मशालयात्रेत मणिपूरच्या क्रीडावैभवात भर टाकणाऱ्या २०० माजी राष्ट्रीय खेळाडूंचा समावेश होता. इम्फाळ शहरात ठिकठिकाणी खेळाडूंच्या स्वागतासाठी कमानी उभारण्यात आल्या होत्या. चौक सुशोभित करण्यात आले. आसाममधील दिमापूर हे रेल्वेचे शेवटचे स्टेशन. येथे पोचवण्यासाठी ४ खास रेल्वेगाड्या सोडण्यात आल्या होत्या. महाराष्ट्र, गोवा संघासाठी मुंबईतून सुटलेल्या स्पेशल रेल्वेला मालगाडीचा दर्जा देण्यात आल्याने ३ दिवसाच्या प्रवासाला ५ दिवस लागले. दिमापूरपासून नागालँड राज्यातील डोंगरदऱ्याचा प्रवास करून ११० कि.मी. अंतराचा टप्पा पार करून बसने जसजसे देशभरातील खेळाडू इम्फाळमध्ये येऊ लागले तसतसे स्पर्धेचे वातावरण तापू लागले. १४ ते २५ फेब्रुवारी १९९९ दरम्यान देशातील सर्वोत्तम क्रीडासोहळा पूर्वांचलातील छोट्याशा राज्यात कसा होईल याकडे क्रीडाशौकिनांचे लक्ष वेधले गेले होते.

मुळात नागा अतिरेकींच्या दहशतीखाली मणिपूरी लोक वावरत असतात. काश्मिरप्रमाणेच मणिपूरमधील छुपे अतिरेकी युद्ध तेथील लोकांना नवे नाही. म्हणूनच सुरक्षिततेचा प्रश्न इम्फाळमधील स्पर्धेपुढे बिकट होता. यातून वाट निघाली. हजारो सैनिक इम्फाळमध्ये खेळाडूंच्या सुरक्षितेकरीता तैनात होते. आसाम रायफल, निम लष्करी तुकडी खेळाडूंच्या सुरक्षितेसाठी सज्ज होती. क्रीडाग्रामातील ६४४ बैठ्या घरांना प्रत्येकी २-३ सैनिकांचा जागता पहारा ठेवण्यात येत होता. क्रीडापटूंच्या निवासाला छावणीचे स्वरूप प्राप्त झाले होते. देशाच्या क्रीडा इतिहासात प्रथमच एखाद्या स्पर्धेस असा अभूतपूर्व बंदोबस्त करण्यात आला होता. मात्र कडेकोट सुरक्षा असल्याने स्पर्धा निर्मळ वातावरणात पार पडली. स्पर्धेचे उद्घाटन शानदार झाले तेव्हा संयोजकांच्या जीवात जीव आला.

प्रथेप्रमाणे राष्ट्रपतींच्या हस्ते राष्ट्रीय क्रीडा स्पर्धेचे उद्घाटन झाले. दिल्लीतून कोणी बडी राजकीय हस्ती मणिपूरला येणार असल्याची वार्ता पसरताच मणिपूर बंदची घोषणा होती. १४ फेब्रुवारीला दहशतवादी विद्यार्थी संघटनेने मणिपूर बंदची घोषणा केली. बंदला प्रतिसाद मिळाला नाही. अशातच मोठ्या उत्साहात दुपारी २ वाजता उद्घाटन समारंभ सुरू झाला. राष्ट्रपती के. आर. नारायणन यांचे आगमन होताच भारतीय ऑलिम्पिक

संघटना, मणिपूरी ऑलिम्पिक संघटनेचे ध्वज फडकविण्यात आले. ध्वजारोहणानंतर स्काय ड्रायव्हिंगची साहसी प्रात्यक्षिके झाली. २० हजार मणिपूरी प्रेक्षकांसाठी ही नवलाई होती, जादू होती. स्काय ड्रायव्हिंगच्या प्रात्यक्षिकाने वातावरणाचा नूरच बदलून गेला. पाठोपाठ पोलीस बँडच्या तालात संचलन सुरू झाले. गतविजेता कर्नाटकला प्रथम संचलन करण्याचा मान मिळाला. सर्वाधिक खेळाडू असणाऱ्या यजमान मणिपूर शेवटी मैदानात आले. संचलनात महाराष्ट्राचा संघ सोळाव्या स्थानावर होता. सर्वाधिक खेळाडूंच्या यादीत दुसऱ्या स्थानावर असणाऱ्या महाराष्ट्राचे संचलन लक्षवेधी ठरले. आंतरराष्ट्रीय कुस्तीपंच व संघटक बाळासाहेब लांडगे हे महाराष्ट्राचे पथकप्रमुख होते. संचलनात आंतरराष्ट्रीय मल्ल काका पवारने महाराष्ट्र ऑलिम्पिक संघटनेचा ध्वज फडकविला. भगव्या फेट्यामुळे महाराष्ट्र पथकाचे वेगळेपण स्पष्टपणे दिसून येत होते. पुणे, बेंगलोर नंतर इम्फाळामध्ये संचलनावर हेलिकॉप्टरमधून पुष्पवृष्टी करण्याची परंपरा कायम ठेवून क्रीडापटूंना शुभेच्छा देण्यात आल्या.

अर्धा तासाच्या संचलनानंतर क्रीडाज्योत प्रज्वलित करण्यात आली. मिस्टर एशिया किताब पटकविणारे ज्येष्ठ शरीरसौष्टवपटू मैयाकसिंग यांच्या हस्ते क्रीडाज्योत प्रज्वलित करण्यात आली. यानंतर स्पर्धेचे बोधचिन्ह असलेल्या संगाई नामक हरणाचे आगमन झाले. यावेळी सुरळित सुरू असलेल्या उद्घाटन समारंभात खेळाडूंच्या बेशिस्तीचे दर्शन घडले. कोणत्याही प्रकारची पूर्वसूचना नसताना खेळाडूंनी मैदान सोडून स्टेडियमच्या गॅलरीत येण्यास सुरुवात केली. संगाईबरोबर छायाचित्र काढण्यासाठी एकच गर्दी झाली. १० मिनिटांच्या गोंधळानंतर संयोजकांनी परत जाण्यासाठी विनंती केल्यानंतर खेळाडू मैदानात आले. संगाईच्या स्वागतानंतर स्पर्धेच्या उद्घाटनाची घोषणा राष्ट्रपतींनी केली. मणिपूरचे मुख्यमंत्री निपामाचासिंग, राज्यपाल ओ. एस. श्रीवास्तव, भारतीय ऑलिम्पिक संघटनेचे अध्यक्ष सुरेश कलमाडी यांची भाषणे झाल्यानंतर शपथविधीचा कार्यक्रम झाला. औपचारिक उद्घाटन संपल्यानंतर दीर्घकाळ स्मरणात राहणारा सांस्कृतिक कार्यक्रम रंगला, मणिपुरी संस्कृतीचे दर्शन घडविणाऱ्या सांस्कृतिक कार्यक्रमाने देशभरातील खेळाडू संघटक, पदाधिकाऱ्यांची मते जिंकली. ३०० मणिपूरी कलावंतानी एकाच ठेक्यात साकारलेले मृदुंग नृत्य आणि मार्शल आर्टच्या प्रात्यक्षिकाने कला व

क्रीडेचा सुरेख संगम साधला. दूरदर्शनवर या समारंभाच्या थेट प्रक्षेपणाचा लाखो भारतीयांनी आनंद लुटला.

उद्घाटनाचा सूर्य अस्ताला जाताच कोणता संघ सर्वाधिक पदकाची बाजी मारील याकडे साऱ्यांचे लक्ष केंद्रित झाले. सहभागी ६२७८ खेळाडूंमध्ये ४२२२ पुरुष तर २०५६ महिला क्रीडापटू होत्या. २७ खेळांच्या ३४० विविध क्रीडाप्रकारांसाठी १०९१ पदके वितरीत केली गेली. ८१ स्पर्धा विक्रम तर १५ राष्ट्रीय विक्रमांची नोंद झाली. मणिपूरच्या गावागावात खेळला जाणारा 'सपक टकराव' हा नवा खेळ राष्ट्रीय क्रीडा स्पर्धेत प्रथमच समाविष्ट करण्यात आला. तसेच कांग, मुळता आणि थांग हे तीन पारंपरिक खेळ प्रदर्शन प्रकारात खेळविण्यात आले.

स्पर्धेच्या पहिल्याच दिवशी १४ फेबुवारीला यजमान मणिपूर, पंजाब, दिल्ली तसेच महाराष्ट्राच्या संघाने सुवर्णपदकाने पदकाचे खाते उघडले. ४०० मीटर अडथळा शर्यतीत मुंबईच्या रविंद्र महामुनीने राज्याला पहिले सुवर्णपदक मिळवून दिले. सकाळच्या सत्रात पदकतक्त्यात पहिले पदक जिंकून नेमबाजांनी महाराष्ट्राचे नाव झळकवले. एअर रायफल व फ्री पिस्तुल प्रकारात मराठी नेमबाजांनी रौप्यपदकाचा वेध घेऊन महाराष्ट्राला पदकाच्या शर्यतीत पहिल्याच दिवसापासून आणले. गेल्या दोन स्पर्धेप्रमाणे इम्फाळमध्ये सर्वाधिक पदके जिंकण्याचा मान नेमबाजांनी आपल्याकडेच ठेवला. स्पर्धेत सहभागी झालेल्या महाराष्ट्राच्या सर्वच्या सर्व १७ खेळाडूंनी पदके जिंकली. पहिल्या पाच दिवसात महाराष्ट्राची पीछेहाट होत असताना एकटे नेमबाज विजयाचा किल्ला लढवित होते. ५ सुवर्ण, ८ रौप्य व ८ कांस्यपदके अशी भरीव कामगिरी नेमबाजांनी केली. नेमबाजीतील पाचही सुवर्ण महिलांनी जिंकली, हे वैशिष्ट्य ठरले. अंजली वेदपाठक, सुमा दीक्षितने नवा राष्ट्रीय विक्रमाची नोंद करून राज्याची शान वाढविली. पुणे, बेंगलोर पाठोपाठ इम्फाळामध्ये यश मिळवून वेदपाठक, दीक्षित यांच्यासह अशोक पडित, विश्वजीत शिंदे, दीपाली देशपांडे पदकांची हॅटट्रिक केली. शूटींग रेजवर खरी कमाल केली ती दिल्लीच्या जसपाल राणाने. सेंटर फायर पिस्तुल प्रकारात ५९१ गुणांची नेमबाजी करून जसपालने सलग दुसऱ्यांदा राष्ट्रीय क्रीडा स्पर्धेत विश्वविक्रमाला गवसणी घातली. जसपाल स्पर्धेच्या काळात दिल्लीच्या खेळाडूंबरोबर क्रीडाग्रामात गैरसोय असताना रहात होता. आशियाई पदक विजेता जसपालचे

सर्वोत्कृष्ट क्रीडापटूंच्या करंडकसह सॅबेस्टियन झेव्हियर व जलपरी निशा मिलेट

जलपरी निशा मिलेट

सर्वसामान्यांसारखे राहणे हा देखील विषय चर्चेत राहिला.

पाचव्या राष्ट्रीय क्रीडा स्पर्धेवर जलपरी निशा मिलेटने ठसा उमटविला. एक-दोन नव्हे तर १४ सुवर्ण, १ रौप्य पदके जिंकण्याचा पराक्रम १६ वर्षीय निशाने करून स्पर्धेत नवा इतिहास घडविला. घरच्या मैदानावर बेंगलोरमध्ये निशा सर्वोत्कृष्ट महिला ठरलीच होती. परंतु आता कर्नाटकापासून सर्वाधिक लांब अंतरावर इम्फाळनगरीत तीने लक्षवेधी सुवर्णयशाचा झेंडा फडकविला. सलग दुसऱ्यांदा सर्वोत्कृष्ट ठरलेली ती देशातील पहिलीच खेळाडू ठरली.

पश्चिम बंगाल, चंदीगड या राज्यानी जिंकलेल्या पदकापेक्षा जास्त सुवर्ण एकट्या निशाच्या नावावर होती. आकाश ठेंगणे झाल्यासारखे तिचे यश होते. 'स्काय इज द लिमिट' असेच तिच्या यशाचे वर्णन भारतभर झळकले. पुरुष गटातील सुवर्णपदके ही केरळ व दिल्ली या दोन राज्याभोवतीच फिरत राहिली. सॅबेस्टियन झेव्हियर, टी. के. सेटीकुमार, सुरेश कुमार या तीन केरळी तर दीपकसिंग, कैलाश नाथ या दिल्लीच्या दोन अशा ५ जलतरणपटूमध्येच सुवर्णयशाची शर्यत होती. यात सॅबेस्टियन अनुभवाच्या शिदोरीवर सर्वाधिक ७ सुवर्णपदके तीही २ विक्रमांची नोंद करून खिशात घातली. या अव्वल यशामुळे सॅबेस्टियन पुरुष गटातील सर्वोत्कृष्ट खेळाडूंचा मानकरी बनला. महाराष्ट्रासाठी जलतरणातील पदकाची पालखी छोट्या जवानांनी उचलली. १२ ते १५ वयोगटातील शालेय विद्यार्थ्यांनी पदकाची सलामी दिली. राष्ट्रीय क्रीडा स्पर्धेत प्रथमच पुण्याच्या अमर मुरलीधरनने १ रौप्य, १ कांस्यपदक जिंकून आश्वासक कामगिरीची नोंद केली. सॅबेस्टियन, कैलास नाथ या तगड्या अनुभवी खेळाडूपुढे छोट्या अमरची कामगिरी खरोखरच कौस्तुकस्पद होती. सर्वोत्कृष्ट निशा मिलेटला शर्थीची झुंज देण्यात महाराष्ट्राच्या नवख्या जलपऱ्या पुढे होत्या. कोल्हापुरात सराव करणाऱ्या अवनी सावंत व मधुरिका घाडगे या छोट्या मुलींनी रौप्यपदक जिंकून लाखमोलाची कामगिरी नोंदविली. जलतरणातील सुवर्णयश डायव्हिंगमध्ये पहाण्यास मिळाले. प्रतिकूल परिस्थितीवर मात करून नाशिकच्या भाऊसाहेब दिघेने सुवर्णपदक जिंकून राज्याचे अस्तित्व दाखवून दिले. वॉटरपोलोत महाराष्ट्राचे तीनतेरा वाजले. कांस्यपदकही पुरुष संघ मिळवू शकला नाही.

स्पर्धेच्या काळात सर्वाधिक चर्चा होती ती मणिपूरच्या डिंकोसिंगची. त्याची लढत पहाण्यासाठी हजारो मणिपुरी प्रेक्षकांनी एकच गर्दी केली होती. इम्फाळशेजारील छोट्याशा खेड्यातून आशियाई पदकापर्यंत मजल मारणारा डिकोसिंग सेनादलाकडून खेळत होता. तरीही आपल्या भूमिपुत्राचा खेळ पहाण्यासाठी लांबलांबून लोक येत होते. जसपाल राणा सर्वोत्तम ठरला, तरी स्पर्धेचा खरा हिरो डिंकोच होता. डिंकोची अंतिम फेरीतील लढत पहाण्यास महिलांसह बाळगोपाळांनी रांगेत उभे राहून तिकिटे खरेदी केली होती. परंतु अंतिम फेरीच्या वेळी त्याचा प्रतिस्पर्धी मल्ल रिंगणात आलाच नाही. डिंकोचे हजारो चाहते नाराज झाले असतानाच त्याची प्रदर्शनीय लढत ठेवण्यात

आली. अखेर आपल्या लाडक्या खेळाडूंच्या खेळाचा आनंद घेऊनच चाहते घरी परतले. स्पर्धेच्या काळात तामिळनाडूचा मुस्टियोद्धा के. करूनाकरनचा हृदयविकाराने दुर्दैवी मृत्यू झाला. पहिली फेरी जिंकून उपांत्यपूर्व फेरीत प्रवेश करताकरता २० फेब्रुवारी रोजी इतर सहकाऱ्यांबरोबर क्रीडाग्रामात जॉगिंग करीत होता. पळतापळताच त्याला धाप लागली व रुग्णालयात त्याचा मृत्यू झाला. २२ वर्षीय करूनाकरनच्या निधनाने सारे क्रीडाग्राम हेलावले. एखादा खेळाडू निधन होण्याची राष्ट्रीय क्रीडा स्पर्धेतील ही पहिलीच घटना होती.

मराठमोळ्या कबड्डी, कुस्ती, खो-खो खेळात मल्ल काका पवारशिवाय दुसरे सुवर्णपदक हाती लागले नाही. पुणे, बेंगलोर पाठोपाठ इम्फाळामध्ये ग्रिकोरोमन ५४ किलो गटात काका पवारने सुवर्णपदकाची हॅटट्रिक केली. कुस्तीत काकाचा धाकटा भाऊ गोविंदने कांस्यपदक जिंकून घरातील कुस्तीचा वारसा कायम ठेवणार असल्याचे दाखवून दिले. कबड्डीत महिला गटात पुन्हा हुलकावणीची रडकथा गायली गेली. महाराष्ट्राला धक्का दिला तो खो-खो संघाने. सलग चार वेळा सुवर्णपदक जिंकणाऱ्या महाराष्ट्राची मक्तेदारी कर्नाटकने संपुष्टात आणली. खो-खोत दोन्ही संघ सोनेरी कामगरी करतील या आशेने राज्याचे क्रीडामंत्री लढतीस हजर राहिले. पराभव आणि रौप्यपदक स्वीकारणारे मराठी खेळाडू पाहणे क्रीडामंत्री चंद्रकांत खैरे यांच्या नशिबी आले. इम्फाळपासून २५ कि. मी. लांब अशा छोट्या खंगाबळ गावात खो-खोच्या लढती रंगल्या. सारा गाव देशी खेळाचे सामने पाहाण्यासाठी येत होता. अंतिम लढतीत प्रेक्षकांची संख्या दहा हजाराच्या घरात होती. खरंच नेत्रांना सुखविणारे ते क्रीडादृश्य होते.

सांघिक खेळात अर्धा डझन स्पर्धेत महाराष्ट्राने अंतिम फेरी गाठली होती. देशी खेळात रौप्यपदके मिळाल्यानंतर परदेशी फुटबॉल, बास्केटबॉल हॉकी प्रकारात मराठी खेळाडूंनी राज्याची शान वाढविली. फुटबॉलपटूनी तर जादूच केली. बंगाल, गोवासारख्या बलाढय प्रतिस्पर्धांना पाणी पाजत महाराष्ट्राने प्रथमच फुटबॉलमध्ये अव्वल यश संपादले. ३-० गोलने गोव्याला अंतिम फेरीत चिरडून हा संघ प्रतिष्ठेची संतोष करंडक स्पर्धा जिंकेल ही नांदी होती व ती खरी ठरली. महिला बास्केटबॉल संघाने अपेक्षेप्रमाणे सुवर्णपदक जिंकून आपली मक्तेदारी कायम राखली. पुरुषांच्या गटात बिहारने बलाढ्य पंजाबला पराभवाची वाट दाखवून सुवर्णयश संपादले. महिला हॉकीत हरियाणाचा

राष्ट्रीय क्रीडा स्पर्धा इम्फाळ १९९९

	संघ	सुवर्ण	रौप्य	कांस्य	एकूण
१	केरळ	५२	३४	२२	१०८
२	मणिपूर	४९	२४	३९	११२
३	पंजाब	३४	३१	४२	१०७
४	दिल्ली	३१	२९	३८	९८
५	कर्नाटक	२८	२८	२४	८०
६	सेनादल	२९	२७	२५	८१
७	महाराष्ट्र	२१	२९	४०	९०
८	उत्तरप्रदेश	१६	१७	१३	४६
९	तामिळनाडू	१६	१५	१७	४८
१०	प. बंगाल	१२	२७	४०	७९

पराभव करीत महाराष्ट्राने आपले वर्चस्व पुन्हा एकदा दाखवून दिले. हॉकीत पुरुष गटातील अजिंक्यपदाची परंपरा पंजाबने कायम राखली. मात्र महाराष्ट्र आपले सुवर्णपदाचे स्वप्न पूर्ण करू शकला नाही.

राष्ट्रीय ऐक्यासाठी पूर्वांचलातील राष्ट्रीय क्रीडा स्पर्धेच्या प्रयोगाला यश मिळाले. जिद्दीच्या जोरावर मणिपुरी क्रीडा अधिकाऱ्यांनी स्पर्धा संयोजनाची पालखी यशस्वीपणे पेलली. सुरुवातीला सुरक्षिततेचा प्रश्न, संयोजन समितीच्या अधिकाऱ्यांनी स्पर्धेतून काढलेले अंग यामुळे स्पर्धा धोक्यात आली होती.स्पर्धेच्या काळात विस्कळीत वाहतूक, अपुरे जेवण व क्रीडाग्रामातील गैरसोयीचे प्रकार संयोजकांसमोर डोकेदुखी बनला. केरळ व मणिपूरच्या संघातील मारामारीमुळे स्पर्धेस गालबोट लावले. अशा प्रतिकूल परिस्थितीत मणिपुरी संयोजकांनी कंबर कसली. संकटातून मार्ग काढला. अखेर संयोजनाची अडथळ्याची शर्यत मणिपूरने जिंकली. सर्वाधिक ७०३ खेळाडूंचे जम्बो पथक मणिपूरने मैदातात उतरविले होते. ४९ सुवर्ण, २४ रौप्य व ३९ कांस्य अशी ११२ पदके कमावून स्वप्नवत वाटावी अशी कामगिरी मणिपुरी क्रीडापटूंनी करून दाखविली.

सरतेशेवटी मणिपूरच्या आयोजकांनी रडीचा डाव खेळला. तायक्वोंदोत महाराष्ट्राच्या खेळाडूंना ज्या मणिपूरच्या प्रतिस्पर्धाने जखमी केले, त्या क्रीडापटूला पंचाने चक्क विजयश्री बहाल केली. कुस्तीत महिलांना चुकीचे गुण देऊन विजयी करण्यात आले. हँडबॉलमध्ये मणिपूरच्या क्रीडा व्यवस्थापकांनी कहरच केला. सर्वसाधारण विजेतेपद केरळला मिळू नये म्हणून चुकीची कारणे दाखवून केरळच्या हँडबॉल संघाला स्पर्धेतून बाद करण्यात आले. मणिपूरने दाखविलेली शर्थ सरतेशेवटी मैदानात अपयशी ठरली. याउलट मणिपूरच्या तुल्यबळ केरळने पदकतक्त्यात अव्वल स्थान मिळवून बाजी मारली.

केरळने अनपेक्षितपणे यशाचे शिखर सर केले. सुरुवातीचा पंजाब, दिल्ली, कर्नाटक राज्यात अव्वल स्थानासाठी स्पर्धा होती. वैयक्तिक स्पर्धांना सुरुवात झाल्यानंतर केरळने सर्वोच्च स्थानी झेप घेतली. सर्वाधिक ५२ सुवर्णपदके केरळच्या काळ्यासावळ्या क्रीडापटूंनी जिंकली. सर्वाधिक ३४ रौप्यपदकेही केरळने कमाविली. २२ कांस्य पदकांसह १०८ पदके केरळाच्या नावापुढे झळकली. पुण्यातील तिसऱ्या राष्ट्रीय क्रीडा स्पर्धेत केवळ १८ सुवर्ण केरळला मिळाली होती. पुण्यातील पराभवाचे आत्मपरीक्षण केरळी खेळाडू, पदाधिकाऱ्यांनी केले. क्रीडा संघटकांनी चुका सुधारण्यासाठी पुढाकार घेतला. शासनाने खेळाडूंच्या सुविधात वाढ केली. याचे फळ बेंगलोरच्या स्पर्धेत मिळाले. चौथ्या स्पर्धेत महाराष्ट्रापेक्षा सरस कामगिरी केरळने करून दाखविली. इम्फाळच्या मैदानातही यजमान मणिपूरपेक्षा केरळच्या यशाचा सूर सर्वत्र ऐकण्यास मिळाला. केवळ ५ गुणांनी केरळचे सर्वसाधारण विजेतेपद हुकले. मणिपूरने रडीचा डाव केला नसता तर केरळचा संघ अजिंक्यपदाचा मानकरी ठरला असता.

इम्फाळ क्रीडानगरीत मराठी पाऊल पडते मागे म्हणण्याची वेळ आली. २१ सुवर्णापर्यंत खेळाडूंची झेप गेल्याने महाराष्ट्राची सातव्या स्थानावर घसरण झाली. नेमबाज, टेनिस व ज्युदो खेळाडूंनी निम्म्याहून अधिक सुवर्ण व रौप्यपदके जिंकून महाराष्ट्राची लाज राखली. मणिपूर, केरळसारख्या छोट्या राज्यांच्या कामगिरीपुढे महाराष्ट्राचे यश मिणमिणतेच होते. या स्पर्धेतील विजेत्यांच्या बक्षिसाच्या रक्कमेत वाढ करण्यात आली. सुवर्ण, रौप्य व कांस्य पदकविजेत्याना अनुक्रम दहा, सात व पाच हजार रुपये देऊन शिवछत्रपती

क्रीडानगरीत विशेष समारंभात गौरविण्यात आले.

इम्फाळची पाचची राष्ट्रीय क्रीडा स्पर्धा वैशिष्ट्यपूर्ण ठरली. देशातील दिग्गज क्रीडापटूंनी स्पर्धेत भाग घेतला. पी. गोपीचंद, करनाम मल्लेश्वरी, जसपाल राणा, डिंकोसिंग, लिंबाराम आकर्षणाचे विषय होते. महत्त्वाचे म्हणजे स्पर्धेच्या काळात शासकीय आणि ऑलिम्पिक संघटनेच्या कुचकामी यंत्रणेविरोधात बँकॉक आशियाई पदकविजेत्या खेळाडूंनी बंडाचे निशाण फडकवले. भारतीय क्रीडाक्षेत्राला आंतरराष्ट्रीय पातळीवर जिवंत ठेवण्यासाठी 'स्पोर्टस्‌मन युनियन ऑफ इंडिया' संघटनेची स्थापना करण्यात आली. जसपाल राणा, डिंकोसिंग, अनिलकुमार, लिंबाराम यांनी इम्फाळमध्येच नव्या संघटनेची घोषणा केली खरी परंतु हे वादळ पेल्यातीलच ठरले. पुढे संघटनेचे नामोनिशाणही दिसले नाही.

२० व्या शतकातील शेवटच्या पाचव्या राष्ट्रीय क्रीडा स्पर्धेचा समारोप भावपूर्ण झाला. ही स्पर्धा १० दिवसच असते, परंतु इम्फाळमध्ये १२ दिवस देशातील क्रीडाप्रतिमेचे दर्शन घडले. स्काय ड्रायव्हिंगने समारोपाची सुरुवात झाली. यानंतर स्पर्धेतील सहभागी संघाने एकत्रित संचलन करून स्पर्धेपेक्षा मैत्री जवळची हा संदेश दिला. उद्‌घाटन समारंभाप्रमाणेच महाराष्ट्राचे शिस्तबद्ध संचलन लक्ष वेधणारे ठरले. मणिपूरचे खेळाडू संचलनात शेवटी होते. मणिपूरचा संघ मैदानात आल्यानंतर एकच जल्लोष झाला. यजमान राज्यानी आपला विजयोत्सव साजरा केला. मणिपूरचे पारंपरिक नृत्य, मार्शल आर्ट, दाणपट्ट्याचा खेळ, भारतीयम्‌ आणि भव्य आतषबाजी हे समारोप समारंभाचे आकर्षण ठरले. तीन तास चाललेल्या कार्यक्रमात केंद्रीय परराष्ट्रमंत्री जसवंतसिंग प्रमुख पाहुणे उपस्थित होते. पूर्वनियोजनानुसार पंतप्रधान अटलबिहारी वाजपेयी सुरक्षिततेच्या कारणास्तव ऐनवेळी आले नाही. समारोपाच्या दिवशी मणिपूर बंद असताना उत्साह ओसरला नाही. मणिपूरच्या केलेल्या मारहाणीच्या घटनेचा निषेध म्हणून केरळ संघ समारोपास उपस्थित राहिला नाही. अखेर बासरीच्या मधुर संगीताने संगाईने खेळाडूंचा निरोप घेतला. मणिपूरमधील गोड-कडू स्मृतीने खेळाडूंनी सहकाऱ्यांचा निरोप घेतला. पाचवी राष्ट्रीय क्रीडा स्पर्धेच्या निमित्ताने छोट्या मणिपूरात क्रीडासंस्कृती उदयास आली. आधुनिक सुविधा मिळाल्या तर गुणवत्तेचे सोने होण्यास वेळ लागत नाही हे पुढच्या स्पर्धेतही मणिपूरने दाखवून दिले.

34TH
NATIONAL GAMES 2011
JHARKHAND

राष्ट्रीय क्रीडा स्पर्धेतील सहभागी संघ

आंध्रप्रदेश	अरूणाचलप्रदेश	आसाम
बिहार	छत्तिसगड	गोवा
गुजरात	हरियाणा	हिमाचलप्रदेश
जम्मू काश्मिर	झारखंड	कर्नाटक
केरळ	मध्यप्रदेश	**महाराष्ट्र**
मणिपूर	मेघालय	मिझोरम
नागालँड	ओरिसा	पंजाब
राजस्थान	सिक्किम	तामिळनाडू
त्रिपुरा	उत्तराखंड	उत्तरप्रदेश
प. बंगाल	अंदमान-निकोबर	चंदिगड
दिल्ली	दमण-दीव	लक्षदिप
दाद्रा-नगरहवेली	पाँडिचेरी	सेनादल

खेळाडूंनी कमावले, संयोजकांनी गमावले

ऑलिम्पिक, आशियाई पदकविजेते खेळाडूंच्या भूमीत होणारी देशातील सर्वोत्तम क्रीडास्पर्धा सर्वोत्कृष्ट होईल ही आशा पंजाबात फोल ठरली. देशाच्या इतिहासात पंजाबचे योगदान कधीच विसरले जाणार नाही. म्हणूनच पंजाबातील सहाव्या राष्ट्रीय क्रीडा स्पर्धेस अगळेवेगळे महत्त्व प्राप्त झाले होते. प्रत्यक्षात घडले उलटेच. राष्ट्रीय क्रीडा स्पर्धेतील अनेक नियमांना पंजाबी संयोजकांनी बगल दिली. शानदार उद्घाटनाचा कार्यक्रम संपताच केवळ स्पर्धा उरकणे हा प्रकार दिसून आल्याने स्पर्धेचे महत्त्वच संपुष्टात आले. निवासातील गैरसोय, विस्कळीत वाहतूक, पोषक आहार नसणे इथपासून ते महत्त्वाचे क्रीडाप्रकार रद्द होणे, पंजाबच्या संघात परप्रांतीय क्रीडापटू खेळवणे यामुळे स्पर्धा सतत वादाच्या भावऱ्यात अडकत गेली. पुण्याने स्पर्धा कशी भरवावी हा आदर्श दाखवून दिला होता तर स्पर्धा कशी नसावी हेच पंजाबात दिसून आले.

दिल्ली, केरळनंतर १९८९ मध्ये तिसरी राष्ट्रीय क्रीडा स्पर्धा फ्लाईंगसिख मिल्खासिंगच्या पंजाबात होणार होती. परंतु अतिरेक्यांच्या कारवायांमुळे ही स्पर्धा सतत पुढे ढकलण्यात आली व १९९१ मध्ये रद्द करण्यात आली. तिसऱ्या स्पर्धेचा मान पुण्याने पटकावला व स्पर्धेची गाडी ७ वर्षांनंतर रुळावर आली. दशकानंतर पुन्हा पंजाबात स्पर्धा भरवण्याचे ठरले. इम्फाळ १९९८

च्या स्पर्धेतील समारोपात 'पंजाबात भेटू या' असा निरोप घेऊन खेळाडू घरी परतले तेव्हापासूनच सहाव्या राष्ट्रीय क्रीडा स्पर्धेची तयारी सुरू होणे गरजेचे होते. प्रत्यक्षात नोव्हेंबर २००० पासून स्पर्धा आयोजन करण्यासाठी संथ गतीने सुरुवात झाली होती. स्पर्धा वेळेवर घेणे शक्य नाही हे लक्षात येताच सिडनी ऑलिम्पिक स्पर्धेचे नाट्य रंगविण्यात आले. परिणामी मार्चपर्यंत स्पर्धा लांबणीवर पडली. यानंतर १८ ते ३१ मार्च २००१ दरम्यान स्पर्धा घेण्याचे ठरले. स्पर्धेसाठी देण्यात येणाऱ्या निधिचा उशीर झाल्याने दुसऱ्यांदा स्पर्धा पुढे ढकलण्यात आली. याच कालावधीत पंजाबातील खासदार सुखदेवसिंग ढिंडसा केंद्रीय क्रीडामंत्री होते. त्यामुळे स्पर्धा वेळेत, शानदार झाली पाहिजे होती, पण तसे घडले नाही. १६ ते २९ सप्टेंबर या तिसऱ्या वेळी नव्या तारखा जाहीर झाल्या; पण स्पर्धा झाली नाही. अखेर १८ नोव्हेंबर ते १ डिसेंबर २००१ कालावधी निश्चित झाल्या आणि कशीबशी स्पर्धा पार पडली.

पारंपारीक नियमानुसार १९७९ साली शेवटची स्पर्धा हैद्राबादला आयोजित करण्यात आली होती. यानंतर नव्या नियमानुसार स्पर्धा सुरू होण्यास १६ वर्षे वाट पहावी लागली. राष्ट्रीय क्रीडा स्पर्धेची १९८५ मध्ये नव्याने मुहुर्तमेढ करण्यात आली. दिल्लीतील स्पर्धेला पहिली राष्ट्रीय क्रीडा स्पर्धा म्हणण्यात आले. यानंतरच्या चार स्पर्धा दोन, तीन, चार, पाच या क्रमानेच घेण्यात आल्या. पंजाबातील स्पर्धेला ३१ वी राष्ट्रीय क्रीडा स्पर्धा घोषित करून गोंधळ निर्माण करण्यात आला. जुन्या नियामानुसार पंजाबातील स्पर्धा ३१ वी असली तरी सहावी स्पर्धा असेच म्हटले पाहिजे होते. पंजाबी संयोजकांनी ३१ वी स्पर्धा असाच प्रचार शेवटपर्यंत केला. स्पर्धा सहावी का ३१ वी या नव्या वादाच्या गोंधळामुळे खेळाडू शेवटपर्यंत संभ्रमात होते.

राष्ट्रीय क्रीडा स्पर्धा एक किंवा दोनच शहरात भरवावी हा नियमही पंजाबात पाळण्यात आला नाही. लुधियानासह पतियाळा, जालंधर,

आनंदपूरसाहिब, चंदीगड आणि मोहाली अशा ६ शहरात सहावी स्पर्धा आयोजित करण्यात आली. यामुळे राज्यात स्पर्धेचे वातावरण तयार होऊ शकले नाही. विविध महासंघाच्या राष्ट्रीय स्पर्धा होतात तसे सामने पंजाबात झाले. राष्ट्रीय क्रीडा स्पर्धेच्या निमित्ताने देशाच्या कानाकोपऱ्यातून आलेल्या क्रीडापटूनी एकत्रित रहावे यासाठी स्वतंत्र क्रीडाग्राम उभारले जाते. ह्या ठिकाणी स्पर्धा असल्याने क्रीडाग्राम बांधण्यात आले नाही. जी निवासाची व्यवस्था करण्यात आली ती दुय्यम दर्जाची होती. स्पर्धेच्या तयारीस पुरेसा वेळ मिळूनही संयोजनातील त्रुटी स्पर्धा सुरू झाल्यानंतर स्पष्टपणे दिसून येत होत्या. मोहालीत शुटींग रेजचे काम क्रीडापटू नेमबाज करत असताना चालू होते. ॲथलेटिक्सचे वेळापत्रक दोन वेळा बदलण्यात आले, तर कबड्डीची स्पर्धा एक दिवस उशिरा सुरू झाली. या सर्वाचा कहर म्हणजे जलतरण, मॅरेथॉन स्पर्धा रद्द होणे. गारठविणाऱ्या थंडीमुळे जलतरण स्पर्धा न भरविण्याचा निर्णय झाला. पाठोपाठ मॅरेथॉन शर्यत न घेण्याचे ठरले. सर्वाधिक पदकाची जलतरण स्पर्धा न झाल्याने स्पर्धेतील शानच निघून गेली. राष्ट्रीय क्रीडा स्पर्धा प्रथमच जलतरण या प्रकाराविना पार पडली. यामुळे स्पर्धेस पूर्णता आली नाही.

त्रुटीच्या पार्श्वभूमीवर स्पर्धा कशी पार पडेल याबाबत साशंकता असतानाच स्पर्धेच्या यशाची ग्वाही देणारे उद्‌घाटन झाले. लुधियानातील गुरूनानक स्टेडियममध्ये पंजाबी परंपरेचे दर्शन घडवित ३१ व्या राष्ट्रीय क्रीडा स्पर्धेस शानदार प्रारंभ झाला. उद्घाटनाच्या वेळी घातपात घडू नये म्हणून अभूतपूर्व सुरक्षा व्यवस्था ठेवण्यात आली होती. तीन-चार वेळा होणाऱ्या सुरक्षा व्यवस्थेच्या तपासणीस खेळाडू वैतागले होते. सुरक्षेमुळे स्मरणीय क्षण टिपण्यासाठी स्टेडियममध्ये खेळाडूंना कॅमेराही नेण्यास मनाई होती. सुरक्षिततेच्या प्रश्नामुळे राष्ट्रपती स्पर्धेस उपस्थित राहू शकले नाही. केंद्रिय गृहमंत्री लालकृष्ण अडवाणी यांच्या हस्ते आणि क्रीडामंत्री उमा भारती यांच्या अध्यक्षतेखाली उद्‌घाटन सोहळा रंगला. खेळाडूंच्या संचलनापासून ते सांस्कृतिक कार्यक्रमापर्यंत उद्‌घाटनाची रंगत उत्तरोत्तर वाढत गेली. संचलनास उपस्थित २० हजार क्रीडारसिकांनी उत्स्फूर्त दाद दिली. १७ व्या क्रमांकावर असलेल्या महाराष्ट्राच्या संघाचे पथकप्रमुख ॲथलेटिक्स संघटक प्रल्हाद सावंत होते. तर ध्वजधारकाचा मान नागपूरची धावपटू माधुरी गुरनुलेला मिळाला. मैदानात यजमान पंजाबच्या

१ हजार खेळाडूंच्या पथकाचे आगमन होताच टाळ्यांचा पाऊस पडला.

संचलनानंतर भाषणबाजी झाली. स्पर्धेचे उद्घाटन नामदार लालकृष्ण आडवाणी यांनी अवघ्या दीड मिमिटात भाषण करून क्रीडा मैदानात नवा पायंडा पाडला. स्पर्धेच्या उद्घाटनाची घोषणा होताच विद्युत प्रकाशझोतात रंगीबेरंगी फुगे सोडण्यात आले. पंजाबच्या विविध भागातून आणलेली मशाल यात्रा स्टेडीयममध्ये येताच चैतन्याची लाट पसरली. मिल्खासिंग यांनी मुख्य क्रीडाज्योत प्रज्वलित करीत असताना ज्योतीचा भडका झाला. यातून मिल्खासिंग थोडक्यात बचावले. भारतीय हॉकी संघाचा कर्णधार रमणदीपने सर्व खेळाडूंच्यावतीने पंजाबी भाषेतून शपथ घेतली. शिस्तबद्ध, देखणा औपचारिक समारंभानंतर चित्तथरारक मोटारसायकल कसरतीनी सांस्कृतिक कार्यक्रम सुरू झाला. प्रसिद्ध पंजाबी गायक हंस यांनी 'बे बोर खंडते के तीन चार' हे गीत गाऊन क्रीडारूप वातावरणात वेगळीच रंगत आणली. पंजाबच्या संस्कृतिचे अंग असणारे लोकनृत्य, भांगडा, गिद्दा या सांस्कृतिक कार्यक्रमाने समारंभ खिळवून ठेवणारा ठरला. हा समारंभ पुणे, इम्फाळ स्पर्धेच्या तुलनेत उठावदार नव्हता.

पंजाब म्हटलं की हॉकी, कुस्ती, मुष्टियुद्ध खेळात वर्चस्व असे समीकरण बनून गेले आहे. ॲथलेटिक्समध्ये पंजाबी क्रीडापटू थोडे मागेच असतात, हे चित्र घरच्या मैदानावर सिंग व कौरच्या संघाने बदलून दाखवले. सेनादलाच्या अनिल कुमारने १०० मीटरची वेगवान शर्यत जिंकल्यानंतर २०० मीटरमध्येही तोच चॅम्पियन होईल असे बोलले जात होते. मात्र अनपेक्षितपणे पंजाबच्या अजपराजसिंगने बाजी मारली. हरदीप कौर (गोळाफेक), करमजीत कौर (पोलव्हॉट), गुरुजीतसिंग (११० मीटर हार्डल्स)यांनी नवे विक्रम नोंदवून पंजाबच्या ॲथलेटिक्समधील विजेतेपदाला सोन्याचे तोरण चढवले.

महाराष्ट्राचा एकही पुरुष खेळाडू ॲथलेटिक्स ट्रॅकवर पदकासाठी झुंज देताना दिसला नाही. ऑलिम्पिकपटू आनंद मेनेझिसने घोर निराश केली. मात्र ताराराणीच्या भूमीतील मराठी मुलींनी कमाल केली. नागपूरच्या माधुरी गुरतुले व मुंबईच्या कविता पांड्याने दुहेरी मुकुट पटकावून पुरुषांना लाजविणारी कामगिरी केली. १०० मीटरमध्ये वेगवान धावपटू बनल्यानंतर २०० मीटरची शर्यत कविताने लिलाय्य जिंकली. कविता लघुत्तम अंतराची तर दुसरीकडे माधुरी दीर्घ पल्याची शर्यतीच्या मैदानावर आपल्या राष्ट्रीय विजयाच्या

अंजली वेदपाठक

पाऊलखुणा उमटवित होत्या. पाच व दहा हजार मीटर शर्यतीत माधुरीने मधुर कामगिरी केली. माधुरीची धाकटी बहिण स्वातीने १५०० मीटरमध्ये कांस्यपदक पटकावून कौस्तुकास्पद यश नोंदवले.

मोहालीतील खराब शूटींग रेंजवर अनुभवी नेमबाजांनी चांगल्या खेळाचे प्रदर्शन घडवले. राष्ट्रीय क्रीडा स्पर्धेत नेमबाजी या एकमेव प्रकारात देशातील सर्वच अव्वल खेळाडूंनी भाग घेण्याची परंपरा पंजाबातही कायम राहिली. बेंगलोर, इम्फाळमध्ये जागतिक विक्रमाना गवसणी घालणारा जसपाल राणा महाराष्ट्राची अंजली वेदपाठक यांनी आपल्या लौकिकाला साजेशी नेमबाजी मोहलीत केली. सेंटरफायर पिस्तुल, स्टँडर्ड पिस्तुल व एअर पिस्तुल प्रकारात सांघिकसह जसपालने अर्धा डझन सुवर्ण पदके जिंकून दिल्लीच्या विजेतेपदात सिंहाचा वाटा उचलला. जसपालची बहीण सुषमा राणाने विक्रमासह सुवर्णयशाचा नेम घेऊन दिल्लीची शान वाढविली. मुंबईच्या अंजली वेदपाठकने ३ सुवर्ण, २ रौप्य अशी एकूण ५ पदके जिंकून महाराष्ट्राला नेमबाजीत तिसरे स्थान मिळवून दिले. नेमबाजीत नव्या दमाच्या खेळाडूंनी आश्वासक कामगिरी केली. १९ वर्षीय अभिनव ब्रिदाने १० मीटर एअर रायफल प्रकारात ५९१ गुणांनी नेमबाजी करत नवा स्पर्धा विक्रम नोंदविला. जसपालपेक्षा सरस कामगिरी करण्याच्या मार्गावर असलेल्या अभिनव देशाच्या क्रीडा क्षेत्रातील चमकता हिरा असल्याचे मोहालीत दिसून आले. महाराष्ट्रात अश्याच एका हिऱ्यास पैलू पडत आहे. रोनक अशोक पंडित त्याचे नाव. २५ मीटर रॅपीडफायर पिस्तुल प्रकारात नव्या स्पर्धा विक्रमासह रोनकने राष्ट्रीय क्रीडा स्पर्धेत पदार्पणातच सुवर्णपद संपादले. अशोक पंडितची सुवर्णपदाची परंपरा

संपुष्टात येत असतानाच रौनकने बाप सवाई बेटा असल्याचे दाखवून दिले.

पंजाबने अपेक्षेप्रमाणे कुस्तीत आपली हुकुमत कायम ठेवली. जालंधर शहरात झालेली कुस्ती स्पर्धा म्हणजे देशी खेळाचा छोटासा महोत्सवच होता. हजारो कुस्तीशौकिनांची उपस्थिती, देशातील दिग्गज मल्लांनी लावलेली हजेरी आणि पुरुषांबरोबरच महिला कुस्तीपटूंची चिवट झुंज यांनी नव्याने बांधण्यात आलेल स्टेडीयम कुस्तीमय झाले होते. कुस्तीसारखी उत्साहाची लाट इतर कुठेच दिसली नाही. परंतु या लाटेत मराठी पैलवानांच्या यशाचे तरंग उमटले नाहीत. पंजाबात महाराष्ट्राचे पानीपत झाले. आपला एकही मल्ल विजयपथ गाठू शकला नाही. यापूर्वीच्या पाच स्पर्धेत काहीतरी महाराष्ट्राच्या हाती लागले होते. मात्र जालंधरमध्ये हात हालवत मराठी मल्ला घरी परतले. खो-खोची स्थिती सुधारली नाही. इम्फाळापाठोपाठ पतियाळातील अंतिम लढतीत पुन्हा महाराष्ट्राला सुवर्णपदकाने खो दिला. पंचाच्या चुकीमुळे महाराष्ट्राच्या पुरुष संघाचे सुवर्णपदक हुकले. महिला गटात पंजाब नवी शक्ती बनून पुढे आला. पंजाबी मुलींची चपळता पाहता सर्वांनीच तोंडात बोटे घातली. अंतिम लढतीत पंजाबाने महाराष्ट्राचा सहज पाणी पाजले. कबड्डीत महिलांनी सलग तिसऱ्यांदा हुलकावणी देणारे यशोशिखर गाठले. शेवटच्या

टेनिस यशाचे शिल्पकार
विजेंद्र लाड, नितीन कीर्तने, अजय रामस्वामी व संदीप कीर्तने

मिनिटाला हरियाणाच्या कबड्डीपटूची अचूक पकड घेत महाराष्ट्राच्या महिला संघाने आपले विजेतेपदाचे स्वप्न साकार केले.

महाराष्ट्राचा विजयाचा किल्ला ढासळत असताना नेमबाज, टेनिसपटू, बास्केटबॉल खेळाडूंनी यशस्वीपणे खिंड लढविली. टेनिसपटूनी सुवर्णमय कामगिरी केली. टेनिसपटूंच्या पुरुष एकेरी, पुरुष दुहेरी, मिश्र दुहेरी, पुरुष सांघिक अशी ४ सुवर्ण आणि महिला एकेरी, महिला दुहेरी, महिला सांघिक अशी ३ रौप्य तसेच पुरुष एकेरी, महिला दुहेरीतील दोन कांस्य अशी एकूण ९ पदकांमुळे पदकततत्त्यात महाराष्ट्र टॉप टेनमध्ये दिसू शकला. नितीन-संदीप कीर्तने बंधू, अमेरिकेतून आलेला अजय रामस्वामी, राधिका मांडके, राधिका तुळपळे हे टेनिसच्या यशाचे शिल्पकार होते. फुटबॉलमध्ये गतविजेता महाराष्ट्र संघ सुवर्णयशापासून लांब राहिला तरी कांस्यपदकच्या लढतीत जिगरबाज खेळ करून महाराष्ट्राने सेनादलाला हरवले.

पंजाबच्या स्पर्धेत महिलांनी महाराष्ट्राची लाज राखली. ‘चूल आणि मूल’ ही परंपरा पुसून महाराष्ट्रीयन महिलांना क्रीडापटूंनी राज्यात यशाला मोलाचा हातभार लावला. महाराष्ट्राने जिंकलेल्या ६२ पदकात ३७ पदके महिलांच्या नावापुढे झळकली. महाराष्ट्राच्या महिलांना जे कौतुकास्पद यश मिळाले ते सहजासहजी मिळाले नाही. महिलांनी जिंकलेले प्रत्येक पदक वैशिष्ट्यपूर्ण होते. ऑलिम्पिकपटू अंजली वेदपाठकने २ राष्ट्रीय विक्रमासह ५ पदके खिशात घातली. कविता पांड्या वेगवान धावपटू ठरली, तर अत्याधुनिक सुविधा नसतानाही नागपूरच्या माधुरी गुरनुलेने दुहेरी मुकुट संपादिला. १७ वर्षीय कृपाली बोरसेने आपल्यापेक्षा वरचढ खेळाडूंना पाणी पाजून तायक्वोंदोत यश मिळवले. कृपालीमुळे १० वर्षानंतर महाराष्ट्राच्या पदरात तापाक्वोंदोत सोनेरी यश पडले. नाशिक, पुणे, मुंबई, कोल्हापूर येथील कबड्डीपटूंनी सांघिकतेच्या जोरावर जी बाजी मारली तिही प्रशंसनीय होती. महिला बास्केटबॉल संघाने सलग सातव्यांदा अंतिम फेरीत प्रवेश करून नवा इतिहास घडविला. सलग दुसऱ्यांदा अव्वल स्थान बास्केटबॉलच्या मुलींनी पटकावले. दुधात साखर पडावी, असा योग पंजाबात जुळून आला. हॉकीत महाराष्ट्राच्या महिलांच्या वर्चस्वाला धक्का बसला. इम्फाळामधील पराभवाचा वचपा काढीत हरियाणाने महाराष्ट्राला सहज हरवले.

मैदानाबाहेर संयोजनात पंजाबला सपशेल अपयश आले, तर मैदानात

राष्ट्रीय क्रीडा स्पर्धा पंजाब २००१

	संघ	सुवर्ण	रौप्य	कांस्य	एकूण
१	पंजाब	६१	४४	५८	१६३
२	सेनादल	४५	१९	२९	९३
३	मणिपूर	३०	१७	१८	६५
४	दिल्ली	२३	२७	२६	७६
५	केरळ	१९	१९	२०	५८
६	हरियाना	१७	२०	२८	६५
७	तामिळनाडू	१५	२०	११	४८
८	महाराष्ट्र	१५	१७	३०	६२
९	उत्तरप्रदेश	१५	१३	१८	४६
१०	कर्नाटक	१२	२६	१८	५६

पंजाबी खेळाडूंनी बाजी मारली. यजमान राज्याने सर्वसाधारण विजेतेपद जिंकावे ही परंपरा तगड्या पंजाबी क्रीडापटूंनी कायम राखली. अॅथलेटिक्स, सायकलिंग, कुस्ती, मुष्टियुद्ध यात मक्तेदारी दाखवित पंजाबने बास्केटबॉल, फुटबॉल, खो-खोमध्ये मिळविलेले विजय दीर्घकाळ लक्षात राहणारे ठरले. सुवर्णमंदिराच्या भूमीतील खेळाडूंनी सर्वच खेळात सोने लुटले. पुरुष बास्केटबॉलमध्ये तामिळनाडू विरुद्ध पंजाबनी दिलेली चिकट झुंज, सेनादलविरुद्ध जिद्दीचा विजय व खो-खोत छोट्या पंजाबी महिलांनी जिंकलेले ऐतिहासिक पदक हे पंजाबच्या यशाचे मानबिंदू बनले. सायकलिंगमध्ये पंजाबने वर्चस्व गाजवले, परंतु मणिपूरी खेळाडूंना पंजाबकडून खेळून स्पर्धेला गालबोट लावले. दुसऱ्या राज्यातील अनेक चांगले खेळाडू पंजाबने रोख रकमांचे आमिष दाखवून आपल्याकडून खेळवले. यामुळे पंजाबच्या सोनेरी यशाला जाता जाता काजळी लागली.

३१ व्या राष्ट्रीय क्रीडा स्पर्धेत ठसा उमटविला तो दऱ्याखोऱ्यातील मणिपुरी खेळाडूंनी. तापदायक प्रवास करूनही मणिपूरच्या जिद्दी खेळाडूंनी

आपल्या यशाची पताका सायकलिंग वेलोड्रॅमपासून ते रोईंगच्या तलावापर्यंत फडकवित ठेवली. गतवर्षी झालेल्या राष्ट्रीय क्रीडा स्पर्धेमुळे अत्याधुनिक सुविधा इम्फाळमध्ये उपलब्ध झाल्या. या सुविधांचे सोने मणिपूरी बांधवांनी करून दाखवले. कुस्ती, तलवारबाजीसारख्या खेळातही मणिपूरने कौतुकास्पद यश संपादन केले. सायकलिंगमध्ये मणिपूरने सर्वाधिक १४ पदकाची लूट करून रामेश्वरीने सर्वात्कृष्ट महिला खेळाडूचा मान मिळविला. एकीकडे पुण्यापेक्षा लहान राज्य मणिपूरची कामगिरी पाहता दुसरीकडे जम्बो पथक महाराष्ट्राचे अपयश लाजेने मान खाली करणारे होते. जिद्दी, चिकाटी, परिश्रमता अत्याधुनिक सुविधा व शासनाच्या मदतीची साथ मिळाली तरच पदक विजेते खेळाडू तयार होतात. हा आदर्श मणिपूरने पंजाबात दाखवून दिला.

इम्फाळमध्ये सर्वाधिक पदकाचा पल्ला गाठणाऱ्या केरळाला पंजाबच्या स्पर्धेत अपेक्षेनुसार यश मिळविता आले नाही. दिल्ली, सेनादलाच्या संघांनी पहिल्या पाचमध्ये पुन्हा एकदा स्थान मिळवून आपली क्रीडाशक्ती दाखवून दिली. जिम्नॅस्टिक्समध्ये उत्तरप्रदेशने सरशी केली. ८ सुवर्णपदकासह एकूण १९ पदके उत्तरप्रदशने जिम्नॅस्टिक्समध्ये कमविली. यात सर्वाधिक ५ सुवर्ण २ रौप्य जिंकणाऱ्या विकास पांडेचा वाटा सिंहाचा होता. खरं तर सर्वोत्कृष्ट खेळाडूंचा किताब नेमबाज किंवा जलतरणपटू पटकवितात. परंतु पंजाबात एका जिम्नॅस्टिकपटूने ७ पदके जिंकून नवा इतिहास घडविला. नेमबाजीत दिल्लीने महाराष्ट्राला मागे टाकीत अव्वल स्थानवर आपला हक्क प्रस्थापित केला. टेबल टेनिसमध्ये तामिळनाडूने पश्चिम बंगालच्या वर्चस्वाला धक्का दिला तर रोईंगमध्ये सेनादलाने केरळला मागे टाकले. तायक्वोंदोत कर्नाटकने आपले वर्चस्व अबाधित ठेवले तरी छोट्या मणिपूरने त्यांच्या तोलामोलाची कामगिरी नोंदविली. पंजाबमधील राष्ट्रीय क्रीडा स्पर्धेकडे एक-दोघांचा अपवाद वगळता सर्वच राज्यातील दिग्गज क्रीडापटूंनी पाठ फिरवली. आंध्र प्रदेशाच्या प्रेमापोटी गोपीचंद तर दिल्लीसाठी जसपाल राणा हे केवळ दोन अव्वल खेळाडू स्पर्धेत दिसले. अंजली वेदपाठक, सुनीता राणी आपआपल्या राज्यासाठी खेळल्या. यापलीकडे जागतिक दर्जाचे खेळाडू पंजाबात प्रकटले नाहीत.

पंजाबात विधानसभेच्या निवडणुकीचे वारे वाहत असल्याने राजकीय मंडळीना स्पर्धेत रस नव्हता. स्पर्धेचे प्रथेप्रमाणे उद्घाटन राष्ट्रपती तर समारोपास पंतप्रधान पंजाबात उपस्थिती राहू शकले नाही. अपघातामुळे मुख्यमंत्री

प्रकाशसिंग बादलही एकही दिवस स्पर्धेस हजेरी लावू शकले नाही. त्यात स्पर्धेच्या इतिहासात प्रथमच डोपिंग टेस्ट घेतल्या जाणार होत्या असे सांगितले जात होते. मात्र उत्तेजक द्रव्य चाचणी काही खेळासाठीच घेण्यात आली. थोडक्यात हा नवा प्रयोगही फसला. पत्रकारांसाठी पंजाबची स्पर्धा वेगळेपण दाखविणारी ठरली. स्पर्धेच्या इतिहासात प्रथमच इंटरनेटची व्यवस्था पत्रकारांकरिता करण्यात आली होती. त्यामुळे काही सेकंदातच छायाचित्रे, बातमी पाठवणे शक्य झाले. स्पर्धेची अधिकृत वेबसाईटही त्वरित माहिती उपलब्ध होत होती.

निवास, भोजन व्यवस्थेतील त्रुटी शेवटपर्यंत कमी झाल्या नाहीत. म्हणूनच आपआपले सामने संपताच खेळाडू घरी जाणे पसंत करत होते. अखेर १ डिसेंबर समारोपाचा दिवस आला. कंटाळवाणा कार्यक्रमाने ३१ व्या राष्ट्रीय क्रीडा स्पर्धेचे सूप वाजले. समारोपाच्या संचलनात सर्व राज्याचे खेळाडू एकत्रितपणे सहभागी होतात परंतु गुरुनानक स्टेडियममधील समारोपास दोनशे खेळाडूही दिसत नव्हते. समारोप हा विजयोत्सव असतो परंतु तो साजरा करण्यासाठी पंजाबचे विजेते खेळाडूही समारोपात हजर नव्हते. अश्वनृत्य, पोलिसांच्या कवायती, सैन्याचा बँड यामुळे समारोपाची शानच निघून गेली. हे कार्यक्रम इतके कंटाळवाणी होते की प्रेक्षकवर्गही मधूनच स्टेडीयमबाहेर जात होता. प्रसिद्ध गायक हरभजन मात्र थोडेफार आकर्षण ठरले तरी त्याच्या गाण्यात जान नव्हती. अखेर क्रीडाज्योत मावळली, थोडीशी आतषबाजी झाली आणि कंटाळवाणी राष्ट्रीय क्रीडा उरकली. शेवटची बातमी फॅक्स करताच आम्ही पत्रकारांनी लवकरात लवकर लुधियाना शहराला राम राम करणे पसंत केले.

सर्वोत्तम की आयात शो

शासन आणि क्रीडा संघटकांचा सुरेख संगम होताच दृष्ट लागण्यासारखी जशी पुण्यात स्पर्धा रंगली तीच कथा चंद्रबाबू नायडूंच्या हैदराबादमध्ये पहाण्यास मिळाली. बेंगलोर, मणिपूर, पंजाबनंतर हैदराबादने राष्ट्रीय क्रीडा स्पर्धेस नवी दिशा दिली. स्पर्धेत आपले वर्चस्व राहावे यासाठी यजमान आंध्रप्रदेशने जवळपास प्रत्येक खेळात केलेल्या आयात धोरणामुळे ही स्पर्धा खेळापेक्षा पैशाला महत्त्व देणारी ठरली.

स्पर्धेनिमित्ताने आंध्रची राजधानी हैदराबाद शहराच्या मध्यवर्ती भागापासून ३० कि.मी. अंतरावर गाचीबावली येथे नवी क्रीडानगरी वसविण्यात आली. १३ ते २२ डिसेंबर कालावधीत २००२ च्या सरत्या वर्षाच्या शेवटी ३२ व्या नॅशनल गेम्सचा दिमाखदार सोहळा रंगला. परंपरेची कास धरत आधुनिकतेशीही जवळीक साधणारा आणि अमेरिकन-युरोपीय देशांची मक्तेदारी असणाऱ्या ऑलिम्पिक संयोजनासाठी आपली सिध्दता दर्शविणारा हैदराबाद स्पर्धेचा उद्‌घाटन सोहळा होता. राष्ट्रपती डॉ. ए. पी. जे. अब्दुल कलामही हा भव्यदिव्य उत्सव पाहून भारावले होते. उद्‌घाटनाच्या संचलनात महाराष्ट्राचा ध्वजधारकाचा मानकरी हॉकीपटू धनराज पिल्ले होता.

पायाभूत सुविधांच्या बाबतीत या स्पर्धेने मोठीच मजल मारल्याचे दिसून आले. कनुईंग, कायकिंगसाठी लागणाऱ्या बोटी, तिरंदाजीसाठी लागणारे

बाण किंवा अगदी मुष्टियुध्दाकरिता लागणारे ग्लोव्हज अशा बहुतेक सर्वच बाबतीत आंतरराष्ट्रीय दर्जाची सामनसामग्री खेळाडूंना मिळाली. स्पर्धेसाठी पाण्यासारखा पैसा राज्य शासनाने खर्च केला. आंध्रप्रदेशसारख्या गरीब राज्याने क्रीडा सुविधांपोटी इतका पैसा खर्च का करावा असा सवाल तत्कालीन मुख्यमंत्री चंद्रबाबू नायडू यांना विचारण्यात आला. दोन धरणे बांधल्यास आंध्रचा पाण्याचा प्रश्न सुटू शकतो. असे असताना स्पर्धा भरविण्याऐवजी धरणे बांधावीत असेही म्हटले गेले. या पार्श्वभूमीवर चंद्राबाबू नायडू यांनी स्पर्धेचे शिवधुनष्य यशस्वीपणे पेलून आपल्या राजकीय कौशल्याने क्रीडाविकासाचा नवा सेतु उभा केला.

हैदराबादसह विशाखापट्टणम येथे दिमाख्यात पार पडलेल्या स्पर्धेत महाराष्ट्रासाठी पहिले पदक मुंबईच्या विदीता पोवळेने स्पिंगबोर्ड डायव्हिंगमध्ये कमवले. विराज पाटीलमुळे पुरूषांच्या डायव्हिंग प्रकारातही मराठी पाऊल पुढे पडले. नाशिकमध्ये राहणारा परंतु अमेरिकेत शिकत असणारा विराज हा स्पर्धेसाठी स्वखर्चाने अमेरिकेतून थेट हैदराबादला आला. दोन सुवर्णपदके जिंकून तो स्वखर्चानेच अमेरिकेत गेला. आई-वडिलांनाही भेटण्यासाठी तो नाशिकला गेला नाही. त्याला भेटण्याकरिता आई-वडील हैदराबादला गेले.

एकीकडे राज्यासाठी खिशाला झळ देणारे विराजसारखे खेळाडू स्पर्धेत चमकत असताना दुसरीकडे सुवर्णपदकाच्या तीन लाखासाठी महाराष्ट्राचे अंजली वेदपाठक-नेमबाजी, आनंद मेंनेझीस - ॲथलेटिक्स, मनीषा मल्होत्रा - टेनिस, रविंद्र पाटील - कुस्ती यांच्यासह काही अव्वल महाराष्ट्रीयन क्रीडापटू आंध्रकडून खेळले. याचा फटका महाराष्टाला बसला. योगयोग असा ही महाराष्ट्राकडून खेळणाऱ्या दीपाली देशपांडेकडून दोन प्रकारात अंजलीला पराभवाचा धक्का बसला.

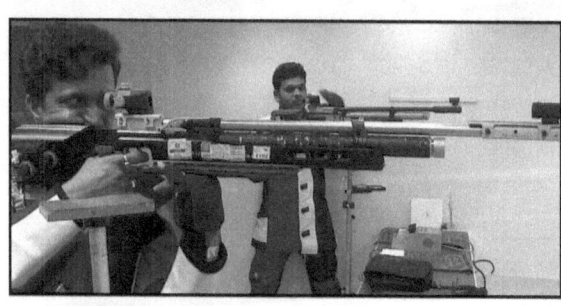

विश्वजीत शिंदे

दीपाली देशपांडे

दीपालीने सुवर्णयशाचा चौकार साजरा करीत दोन रूपेरी यशाचा वेध घेतला. एअर रायफल प्रकारात एक दशांक गुणाने अंजलीने दीपालीला मागे टाकून सुवर्ण जिंकले. पुरूषाच्या एअर रायफल प्रकारात मुंबईच्या समीर आंबेकरने बाजी मारली. सांघिक प्रकारात विश्वजीत शिंदेच्या साथीने समीर आणि संदिप तरटेने सुवर्णाला गवसणी घातली. प्रोन प्रकारातही विश्वजित रूपेरी यशाचा मानकरी ठरला. विश्वजितच्या कामगिरीमुळे रायफल नेमबाजींच्या प्रत्येक प्रकारात पदक जिंकण्याचा मान महाराष्ट्राला मिळाला. अशोक पंडित आणि त्यांचा सुपुत्र रौनक पंडित या बापलेकांनी राज्यासाठी पदके जिंकण्याचा पराक्रम केला. अनुभवी खेळाडूंच्या जोरावर नेमबाजीतील पदक क्रमवारीत अव्वल क्रमांक पटकविण्याचा मान संपादन केला तरी एकूण पदकतक्त्यात महाराष्ट्र आठव्या स्थानावर राहिला. १६-२२-४२ अशी ८० पदके ही महाराष्ट्राची समाधानकारक कामगिरी होती.

टेनिसच्या मैदानातही नितीन कीर्तनेमुळे जय महाराष्ट्राचे सूर घुमला. नितीनने यजमान आंध्रच्या विशालवर एकेरीत थरारक विजयश्री संपादन केली. चुलत बंधू संदिपसोबत त्याने दुहेरीचे पदक खिश्यात घातले. ॲथलेटिक्सच्या ट्रॅकवरही महाराष्ट्राचे धावपटू चमकले. वेगवान आणि दीर्घ पल्ल्यांच्या शर्यतीत महिलांनी बाजी मारली. शंभर मीटर शर्यत मुंबईच्या कविता पांड्यांने तर पाच व दहा हजार मीटरची शर्यत नागपूरच्या माधुरी गुरनुलेने जिंकत राज्यासाठी धवल कामगिरीची नोंद केली. याच शर्यतीत माधुरीची धाकटी बहिण स्वातीकडूनही अपेक्षा होत्या. ती आठव्या स्थानावर राहिली. पदक हुकल्यामुळे स्वातीला अश्रू अनावर झाले होते. दुसऱ्या

राष्ट्रीय क्रीडा स्पर्धा हैदराबाद २००२

	संघ	सुवर्ण	रौप्य	कांस्य	एकूण
१	आंध्रप्रदेश	९३	८६	६३	२४२
२	पंजाब	५४	३७	५५	१४६
३	सेनादल	४८	३४	३४	११६
४	मणिपूर	३८	२४	३१	९३
५	कर्नाटक	२८	४०	३५	१०३
६	केरळ	२१	२४	२३	६८
७	हरियाना	१९	२२	३२	७३
८	महाराष्ट्र	१६	२२	४२	८०
९	प. बंगाल	१२	१२	१९	४२
१०	तामिळनाडू	१०	१३	२३	४६

पदकाच्या जल्लोषापेक्षा माधुरीने बहिणीचे दुःखाश्रु पुसण्यास महत्त्व दिले.

आयात खेळाडूमुळे आंध्रचा पदकतक्ता पूर आल्यासारखा शेवटच्या दिवसापर्यंत वाहत होता. ९३-८६-६३ एकूण २४२ विक्रमी पदके आंध्रच्या नावापुढे झळकत होती. न भूतो न भविष्यती असे यश आंध्रने खेचून आणले होते. ३९ सुवर्णासह केवळ १६३ पदके गेल्या सहा स्पर्धेत आंध्रच्या खात्यात जमा झाली होती. घरच्या स्पर्धेत आंध्रचे आयात यश नवा इतिहास घडविणारे ठरले. राज्याकडून खेळणाऱ्या पदकविजेत्या खेळाडूंकरिता आंध्रने ५ कोटी २० लाखही तातडीने आनंदाने खर्च केले. महाराष्ट्राच्या ८० विजेत्यांच्या केवळ ८ लाख रूपये रोख रक्कमेच्या बक्षिसासाठी खेळाडूंना वर्षभर वाट पहावी लागली.

महत्त्वकांक्षी मुख्यमंत्री चंद्रबाबू नायडू यांनी हैदराबादमध्ये ऑलिम्पिक भरविण्याचे स्वप्न बाळगले होते. यामुळेच पहिली ॲफ्रो-आशियाई स्पर्धेचा दिमाखदार सोहळा हैदराबादमध्ये पार पडला. राष्ट्रीय क्रीडा स्पर्धेतून आंतरराष्ट्रीय स्पर्धा आयोजनाकडील आंध्रची वाटचाल नंतरच्या काळात नॅशनल गेम्समध्ये पदकाच्या यशाकडे जाऊ शकली नाही.

बोडिया गुवाहाटी

उल्फाचे बहिष्काराचे आवाहन, पावसाचे दाट सावट यास न जुमानता आसामवासीयांनी ३३ व्या राष्ट्रीय क्रीडा स्पर्धेस उत्साहात स्वागत केले. तो दिवस होता १० फेब्रुवारी २००७. एक नवा अध्याय पूर्वोत्तर राज्यांचे प्रवेशद्वार असणाऱ्या गुवाहाटी लिहिला गेला.

गुवाहाटीतील इंदिरा गांधी ॲथलेटिक्स स्टेडियमवरील उद्घाटन सोहळा जवळपास तीन तास चालला. आधुनिकता नसतानाही हा समारंभ उत्तरोत्तर रंगत गेला. बोधचिन्ह 'रंगमॉन'चे स्वागत गीत असो किंवा पूर्वोत्तर राज्याची सांस्कृतिक परंपरा दाखविणारे 'कीर्तन' असो किंवा नव्या वर्षाचे स्वागत करताना होणारे बिहू नृत्य मैदानातील प्रत्येकजण त्यात उत्स्फुर्तपणे सहभागी झाला होता. रंगमॉनचे स्वागत करणारे नामवंत पॉप गायक मानस रबिन यांना तर प्रेक्षकांनी 'कोरस' दिला.

सर्वात लक्ष्यवेधक होते ते संचलनात सहभागी झालेल्या प्रत्येक राज्याचे केलेले स्वागत. नऊशे सदस्यांचा सहभाग असलेल्या आसामच्या 'जंबो' पथकाने मैदानात प्रवेश केल्यापासून सुरु झालेला टाळ्यांचा कडकडाट जवळपास तीन मिनिटे सुरु होता. संचलनात महाराष्ट्र पथकाचे नेतृत्त्व कोल्हापूरच्या तेजस्विनी सावंतने केले. राष्ट्रकुल तसेच आशियाई क्रीडा स्पर्धेत पदक जिंकलेल्या तेजस्वीनीकडे हा मान जाणे अपेक्षितच होते. इंग्रजी आद्यक्षरानुसार

गुवाहाटी स्पर्धेतील उद्‌घाटन सोहळा

झालेल्या या संचलनात महाराष्ट्राचे पथक सतरावे होते.

स्पर्धेचे रणशिंग वाजताच मराठी पाऊल पुढे पडत राहिले. पहिल्याच दिवशी महाराष्ट्रासाठी पहिले सुवर्ण कोल्हापूरच्या वीरधवल खाडेने जिंकले. ते ही नव्या राष्ट्रीय विक्रमासह. ५०, १००, २०० आणि ४०० मीटर फ्रीस्टाईल प्रकारात खाडेने धवल कामगिरीचा इतिहास घडविला. सॅबेस्ट्रियन झेव्हियरनंतर सर्वात वेगवान पोहण्याची किमया वीरधवलने गुवाहाटीच्या तलावात घडविली. २४ सेकंदाच्या आत २३.९२ सेकंदात त्याने शर्यत जिंकून तो देशाला नवा सुवर्णपुत्र बनला. खेळासाठी दहावीची परिक्षा न देण्याचा धाडस निर्णय घेतलेल्या वीरधवल गुवाहाटीत सार्थक झाले. त्याने खेळासाठी ऑक्टोंबरमध्ये दहावीची परिक्षा दिली. असे धाडसी निर्णय घेणारे खेळाडू आणि त्यांना पाठबळ देणारे पालक, प्रशिक्षक लाभले तर घराघरात वीरधवल जन्माला येतील.

गत दोन स्पर्धा गाजविणाऱ्या रिचा मिश्राला मागे टाकत पन्नास मीटर ब्रेस्टस्ट्रोकमधील लेखा कामत या मराठमोळ्या जलतरणपरीचे पहिलेवहिले सुवर्णपदक सुखावणारे होते. कामतने तीन सुवर्ण, चार रौप्य व दोन ब्राँझ अशी ९ पदके जिंकून लक्षवेधी पदार्पण साजरे केले.

गुवाहाटी स्पर्धेपासून प्रथमच रग्बी खेळाचा समावेश नॅशनल गेम्समध्ये करण्यात आला. यामुळे कोण जिंकणार या कमालीची उत्सुकता होती. अखेर बंगाली वाघांना १७-१२ गुणांनी नमवून महाराष्ट्राच्या सिंहांनी विजयश्री खेचून आणली. बंगाली वाघांना पॉल वॉल्श या बिट्रिश रग्बीपटूचे मार्गदर्शन

लाभले होते. गणपती बाप्पा मोऱ्याचा जयघोष करीत मैदानात उतरलेल्या मराठी क्रीडावीरांनी रग्बीच्या पदार्पणाचे सोने लुटण्याचा इतिहास घडविला.

कुस्तीत महाराष्ट्राच्या वाट्याला एकच कांस्यपदक आले असले, तरी मराठी माणसाच्या नावावर एकूण तीन पदकांची कमाई झाली. अकोल्याच्या दीपक कांबळेला ५५ किलो ग्रीको रोमन गटामध्ये कांस्यपदकावर समाधान मानावे लागले असले, तरी सेनादलाच्या विनायक दळवी व भाऊसाहेब पाटीलने रौप्य पदकाची कमाई करून मराठी मान उंचविली.

अखेरच्या दोन्ही सामन्यांमध्ये पिछाडी भरून काढीत महाराष्ट्राच्या महिलांनी कबड्डीचे सुवर्णपदक जिंकले आणि गुवाहाटीच्या कनकलता इनडोअर स्टेडियममध्ये 'जय महाराष्ट्र' नारा घुमला. त्याला जोड होती गणपती बाप्पा मोरया... आणि छत्रपती शिवाजी महाराज की जय... या घोषणांची! पहिल्या सामन्यात पराभूत होऊनही महाराष्ट्राच्या महिलांनी अतिशय आश्वासक पद्धतीने खेळ करून सुवर्णपदकाला गवसणी घातली. महाराष्ट्राने अटीतटीच्या झुंजीत उपांत्य फेरीत कर्नाटकचा ३०-२३, तर अंतिम युध्दात हिमाचल प्रदेशचा ३०-२७ असा पराभव करून सुवर्णपदकावर शिक्कामोर्तब केले. हिमाचल प्रदेशनेच पहिल्या साखळी सामन्यात महाराष्ट्राला पराभवाचा दणका दिला होता. त्या पराभवाचा हिशेब मराठी कबड्डीपटूंनी चुकता केला.

रंगतदार झालेल्या अंतिम लढतीत महाराष्ट्राच्या पुरुष आणि महिलांनी विजयश्री खेचून आणत खो-खोत दुहेरी सुवर्णाचा मुकुट महाराष्ट्राने मिळविला. सोनापूरमधील तेपेसिया येथील मैदानावर महाराष्ट्राच्या पुरुषांनी कर्नाटकचा १७-१५ असा दोन गुणांनी पराभव करून सर्वांनाच खूष करून टाकले. पुरूषांच्या तुलनेने महिलांना सहज विजय मिळाला. महिलांनी पश्चिम बंगालचा १४-९ असा पाच गुणांनी पराभव करून दुहेरी सुवर्णाचे स्वप्न साकार केले.

भारतातील नेमबाजी स्पर्धेच्या इतिहासात क्वचितच एखाद्या स्पर्धेची अंतिम फेरी लांबणीवर पडली असेल, पण हे गुवाहाटीतील रेंजवर घडले हे कमीच की काय म्हणून नेमबाजांना पुरेसे जेवणही मिळाले नाही. चाचणी न झाल्याने गुवाहाटीमधील शूटिंग रेंजचा स्पर्धेकांना फटका बसला. यामुळे अंतिम फेरी लांबणीवर पडली. उद्‌घाटन सोहळ्यात पावसाने हुलकावणी दिली तरी स्पर्धा सुरू होताच पावसाचाच खेळ सुरूच राहिला. संयोजकांची

डोकेदुखी वाढविणाऱ्या पावसाचा जवळपास सर्व खुल्या मैदानातील क्रीडा स्पर्धांना फटका बसला. पहिल्या आठवड्यात अनेक क्रीडा स्पर्धा लांबणीवर पडल्या.

ॲथलेटिक्सच्या ट्रॅकवर केवळचा गर्जना घुमली. गत हैदराबाद स्पर्धेत मागे पडलेल्या केरळने गुवाहाटीत मुंसडी मारत १२ सुवर्ण पदकांची नोंद केली. दीर्घ पल्लांच्या शर्यतीत केवळची हुकुमत असते. मात्र वेगवान धावनटूंचा किताबही केरळच्या अरूणजीत शिवदासने पटकविला. त्याने व प्रिजा श्रीधरनने प्रत्येकी तीन सुवर्ण यश संपादून केरळचा झेंडा फडकवित ठेवला.

अखेरच्या दोन दिवसांत पदकांची लयलूट करीत सेनादलाने सर्वसाधारण विजेतेपदाचा राजा भालिंदरसिंग करंडक जिंकला. सर्वाधिक १४८ पदके जिंकण्यात आसामने यश संपादन केले. स्पर्धेत तीस संघाच्या नावापुढे पदके झळकली. त्यातही प्रथमच स्पर्धेत सहभागी झालेल्या नागालँडने एक सुवर्णपदकासह अकरा पदके जिंकत उत्तर पूर्व राज्यांची होत असलेली प्रगती दाखवून दिली. सेनादलाने ५९ सुवर्णासह १४२ पदाकांची लुट केली. सर्वोत्तम महिला क्रीडापटू मान दिल्लीची जलतरणपटू रिचा मिश्रा (८ सुवर्ण)तर सर्वोत्तम पुरुष क्रीडापटू मानकरी कर्नाटकचा जलतरणपटू रोहन पोंचा (६ सुवर्ण) ठरला.

पुण्यातील यजमानपदानंतरच्या प्रत्येक स्पर्धेत महाराष्ट्राची पदके खालावत होती. ती घसरण केवळ रोखली नाही, तर गतस्पर्धेपेक्षा जास्त पदके मराठी क्रीडापटूंनी गुवाहाटीत जिंकली. त्याचबरोबर एकवीस खेळांत पदके जिंकण्यात यश संपादन केले. महाराष्ट्राच्या नावापुढे २५ सुवर्णपदकांसह ९७ पदके झळकली, त्यातील दहा सुवर्ण जलतरणात, चार डायव्हिंगमध्ये; तर सात नेमबाजीतील होती.

ध्वजवाहक असलेल्या तेजस्विनीने स्पर्धेतही ध्वज विजयाचा उंचच धरला. सुवर्ण पदकाचा षटकार झळकविण्याचा चमत्कार तेजस्विनीने गुवाहाटीत रणभूमीत केला. अंजली भागवत, सुमा शिरूर या ऑलिम्पिक नेमबाजांच्या अनुपस्थितीत सावंतने तेजस्वी कामगिरीचा दीप प्रज्वलित केले. एअर रायफल, पन्नास मीटर प्रोन, थ्री पोझिशन प्रकारात वैयक्तिक व सांघिक अशी दुहेरी

सुवर्ण पदकाचा षटकार झळकविणारी तेजस्विनी सावंत मध्यभागी

यशाची जोड देत सहभागी सर्वच्या सर्व सहा गटात सुवर्ण पदकांचा विक्रम नोंदविला.

बोडिया म्हणजे बहुत अच्छा, असे सांगत गुवाहाटीवासीयांनी स्पर्धेचा मनमुराद आनंद लुटला. आश्चर्य म्हणजे सोमवार आणि मंगळवार या कामाच्या दिवशीही तुफान गर्दी उसळली होती. मुख्य स्टेडियमबाहेर प्रवेशासाठी रांगा रोज दिसत होत्या. प्रेक्षकांची एकच तक्रार आहे ती म्हणजे बॉहोत भीड है.'

आसाम हे उत्तर पूर्व राज्यांचे प्रवेशद्वार आहे, तसेच प्रगतिशील आणि आधुनिकतेची कास धरलेले आहे, हेच सिद्ध करीत या राज्याने राष्ट्रीय क्रीडा स्पर्धेची १८ फेब्रुवारीला सांगता झाली. पंतप्रधान डॉ. मनमोहनसिंग यांच्या उपस्थितीत इंदिरा गांधी स्टेडिअमवरील पाच तासांच्या समारोप सोहळ्यात पूर्वोत्तरातील राज्यांची संस्कृती दर्शविणारे कार्यक्रम होते. त्यापेक्षा भर होता तो आसाम आधुनिक आहे याच्यावर. आगामी स्पर्धाचे यजमानपद झारखंडला होणार असल्याची औपचारिक घोषणा झाल्यावरही प्रेक्षकांचा जल्लोष कायम होता. आसामने जेवढ्या उत्साहात स्पर्धेचे स्वागत केले, तेच प्रेम कायम दाखवत देशभरातील क्रीडापटूंना निरोप दिला.

राष्ट्रीय क्रीडा स्पर्धा गुवाहाटी २००७

	संघ	सुवर्ण	रौप्य	कांस्य	एकूण
१	सेनादल	५९	४६	३७	१४२
२	मणिपूर	५१	३२	४०	१२३
३	आसाम	३८	५३	५७	१४८
४	केरळ	३१	१९	२५	७५
५	हरियाना	३०	२२	२८	८०
६	दिल्ली	२७	२७	३२	८६
७	पंजाब	२५	३९	४०	१०४
८	महाराष्ट्र	२५	२८	४४	९७
९	उत्तरप्रदेश	२५	१८	३४	७७
१०	कर्नाटक	२१	२१	२९	७१

मराठी पाऊल पडते पुढे

नॅशनल गेम्स आणि उशिर हे समिकरण गुवाहाटी स्पर्धेनंतरही बदलले नाही. रांचीमधील चौतिसावी राष्ट्रीय क्रीडा तब्बल अर्धा डझन वेळा पुढे ढकलण्यात आली होती. अखेर फेब्रुवारी २०११ मध्ये मुहुर्त सापडला. याच काळात विश्वकरंडक स्पर्धेचे वारे भारतात वाहत असल्याने रांची स्पर्धा पूर्णपणे झाकाळून गेली होती.

चिमुकल्या झारखंडला राष्ट्रीय क्रीडा स्पर्धेचे यजमानपद २००७ मध्ये बहाल करण्यात आले होते. स्पर्धेचा बिगुल वाजेपर्यंत झारखंडमध्ये सात वेळा सरकार बदलले. यामुळे नॅशनल गेम्सच्या तारखा सतत बदलत गेल्या. चार वर्षांच्या खंडानंतर स्पर्धेची क्रीडाज्योत जेव्हा रांचीत ११ फेब्रुवारी २०११ रोजी प्रज्वलित झाली तेव्हाच आयोजक झारखंड ऑलिम्पिक संघटनेच्या पदाधिकाऱ्यांनी सुटकेचा निःश्वास टाकला.

स्पर्धेच्या निमित्ताने उभे राहिलेल्या बिसरा मुंडा स्टेडियमवर ३४ च्या राष्ट्रीय क्रीडा स्पर्धाचे उदघाटन झारखंडचे राज्यपाल महंमद फारूक, मुख्यमंत्री अर्जुन मुंडा यांच्या उपस्थितीत झाले. शेकडो शालेय विद्यार्थी आणि बॉलिवूडच्या कलाकारांच्या उपस्थितीत पार पडलेला सोहळा भारताच्या आणि झारखंडच्या परंपरेची झलक दाखवणारा ठरला.

ऑलिंपियन हॉकीपटू स्लिवानस डुंगडुंगने स्टेडियममधील मुख्य क्रीडाज्योत

प्रज्वलित केली. त्यानंतर दीपिका कुमारीने खेळाडूंच्या वतीने शपथ घेतली. बॉलिवूडच्या गायकांनी सोहळ्यात रंगत आणली. शेवटी लेसर शो आणि आतषबाजीने झारखंडच्या क्रीडा इतिहासाचे नवे पान जोडले जात या सोहळ्याची सांगता झाली. दुसऱ्याच दिवसापासून २६ फेब्रुवारीपर्यंत देशभरातील सात हजार खेळाडू आपल्या राज्याचे वर्चस्व सिद्ध करण्यासाठी सर्वस्व पणाला सज्ज झाले.

राजधानी रांचीपासून पाच कि.मी. अंतरावर असलेल्या होटवार येथे सव्वातीनशे एकर जागेत 'खेलगाव' या क्रीडासंकुलात २३ पैकी १९ खेळांच्या स्पर्धा रंगल्या. देशभरातील ८००० क्रीडापटूंनी पदकांसाठी शर्थ केली. धनबाद आणि जमशेदपूरमध्येही अर्चरीसह ८ खेळांच्या लढती रंगल्या. स्पर्धेदरम्यान कुठलाही अनुचित प्रकार घडू नये खेळाडूंच्या संख्येइतकेच सुरक्षा रक्षक तैनात करण्यात आले होते.

महिनाभरापूर्वीच चीनमधील आशियाई स्पर्धेत जलतरणात कांस्य पदकाचा इतिहास घडविल्यानंतर चर्चेत राहिलेल्या मराठमोळ्या वीरधवलने रांची स्पर्धेत आपला ठसा उमटविला. गोल्डनबॉय वीरधवलने आठ सुवर्णासह एकूण बारा पदकांचा विक्रम केला. स्पर्धेतील सर्वोत्कृष्ट पुरूष खेळाडूचा मानकरी वीरधवल ठरला. विक्रमासह सोने लुटण्याचा त्याचा धडाका स्पर्धेच्या पहिल्या दिवसापासून सुरू होता. त्यांच्याच दोन सुवर्णपदकाने महाराष्ट्राच्या सुवर्ण मोहिमेस प्रारंभ झाला होता.

दोनशे मीटर फ्री-स्टाइल शर्यतीत वीरधवलची मूळ कोल्हापूरच्याच असणाऱ्या, पण कर्नाटककडून

उतरलेल्या रोहित अग्रवालशी मुख्य स्पर्धा होती. अर्थात, वीरधवलने त्याच्यावर अगदी सहज मात करत १ मिनीट ५३.९१ सेकंद अशा विक्रमी वेळेत सुवर्णपदक पटकाविले. या शर्यतीनंतर दहाच मिनिटांनी झालेल्या शंभर मीटर बटरफ्लायमध्ये त्याने सोने लुटले. यानंतर जलतरण तलावात वीरचा सुवर्णरथ कोणीच राखू शकले नाही.

स्पर्धेच्या पाचव्या दिवशीही नेमबाजी आणि जलतरणात पदकाचा धडाका सुरू असताना डायव्हिंगमध्येही जय महाराष्ट्राचे सूर दणाणले. हायबोर्ड डायव्हिंगमध्ये सोलापूरच्या ऋतिका श्रीरामने गुवाहाटी स्पर्धेनंतर सलग दुसऱ्यांदा सुवर्ण झेप घेतली. या प्रकारात सोलापूरच्याच जागृती सातारकरने रूपेरी यश मिळवून मराठी हुकुमत प्रकट केली. दोन दिवसानंतर ऋतिका श्रीरामने १ मीटर स्प्रिंगबोर्ड डायव्हिंग प्रकारातही १७७ गुणांसह सोने कमावले. याच प्रकारात महाराष्ट्राची स्वाती विडप रौप्यपदकाची मानकरी ठरली. पूर्वा शेटेने १०० मीटर ब्रेस्टस्ट्रोक प्रकारात १ मिनीट १८.८४ सेकंद वेळ देत सुवर्णपदक कमावून जलतरणात महिलांचाही सोनेरी वाटचाल असल्याचे दाखवून दिले.

नेमबाजीत महिलांच्या १० मीटर एअर रायफलमध्ये प्रिया अग्रवाल, पूजा घाटकर व आयोनिका पॉल यांनी सांघिक विजेतेपदाला गवसणी घातली. वैयक्तिक प्रकारात प्रियाने पूजाचे आव्हान मोडून काढले. दोघींचे प्रत्येकी ३९३ गुण झाले, पण 'टेन शॉट'मध्ये प्रिया सरस ठरली.

कोल्हापूरची नेमबाज तेजस्विनी सावंतने दोन, तर ठाण्याची जलतरणपटू पूर्वा शेटेने एक सुवर्णपदक जिंकून महाराष्ट्राला स्पर्धेच्या सहाव्या दिवशी जल्लोषाची संधी दिली. 'कमबॅक मॉम' अंजली भागवत, दीपाली देशपांडे व तेजस्विनी यांनी सांघिक सुवर्ण महाराष्ट्राच्या खात्यात जमा केले. तेजस्विनीने ५० मीटर स्पोर्टस् रायफल प्रोन प्रकारात ६०० पैकी ५९० गुण पटकावले. सांघिक प्रकारात अंजलीने ५८३, तर दीपालीने ५७५ गुणांची भर घातली.

महाराष्ट्राची ध्वजधारक 'गोल्डन गर्ल' कविता राऊतने अपेक्षेप्रमाणे ॲथलेटिक्य मैदान गाजविले. राऊतने आवडत्या दहा हजार मीटर शर्यतीत बाजी मारली. तिने परंपरागत प्रतिस्पर्धी प्रीजा श्रीधरन हिला मागे टाकले. नागपूरच्या ललिता बाबरने तिसऱ्या क्रमांकासह ब्राँझ संपादले. कविता आणि प्रीजा यांच्यात बरीच चुरस झाली. कविताने ३४ मिनिटे २८.६ सेकंद

वेळ नोंदविली. प्रीजाची वेळ ३४:२९.७९, तर ललिताची वेळ ३६:०८.०५ सेकंद होती. कविताने परंपरागत प्रतिस्पर्धी प्रीजा श्रीधरनला पाच हजार मीटर शर्यतीत पुन्हा हरविले. ॲथलेटिक्समध्ये महिलांच्या लांब उडीत श्रद्धा घुलेने ६.१५मीटर कामगिरीसह रौप्यपदक तर श्रद्धाने तिहेरी उडीत महाराष्ट्राच्या खात्यात ब्रॉंझ जमा केले.

जिम्नॅस्टिक्स प्रकारात आपल्या महिलांनी २१९.८५ गुण नोंदवत आर्टिस्टिक सांघिक प्रकारात सुवर्णपदकावर महाराष्ट्राचे नाव कोरले. वंदिता रावळ, रोमा जोगळेकर, ऋचा दिवेकर, श्रद्धा तळेकर, उर्वी अभ्यंकर, केतकी गोखले आणि तनया कुलकर्णी यांचा या संघात समावेश होता. वैयक्तिक ऑल राऊंड प्रकारात आर्टिस्टिक विभागात वंदिता ब्रॉंझपदकाची मानकरी ठरली.बॅडमिंटनमध्ये नागपूरच्या अरुंधती पानतावणे केरळच्या पी. सी. तुलसीवर १५-२१, २१-१६, २१-१६ अशी मात करीत सुवर्णयशाचा पल्ला पार केला. राष्ट्रीय स्पर्धेत अरुंधतीचा पुण्याच्या आदिती मुटाटकरकडून थोडक्यात पराभव झाला होता. यामुळे हे विजेतेपद तिच्यासाठी स्वागतार्ह ठरले. मुंबईचा टेनिसपटू करण रस्तोगीने पुनरागमनानंतर संस्मरणीय सुवर्णपदक कमवले.

खो-खोमध्ये दुहेरी सुवर्ण हुकले. पुरुष संघाने कर्नाटकला हरवून बाजी मारली, पण महिलांना केरळकडून पराभवाचा ध क्का बसला. आशियाई चॅम्पियन दीपिका जोसफच्या नेतृत्वाखालील महिला कबड्डीत महाराष्ट्राला अंतिम सामन्यात हरियानाने चकविले. निर्धारित वेळेत ७-७, तर अलाहिदा डावात १२-१२ अशी बरोबरी झाली. त्यामुळे 'गोल्डन रेड' घेण्यात आली. त्यासाठी दीपाकाने नाणेफेक जिंकून स्वतः आक्रमण केले. हरियानाच्या खेळाडूंनी तिला मागे खेचल्याने महाराष्ट्राच्या हातातोंडाशी आलेला विजय एकाच गुणाने हुकला. हरियानाने १३-१२ अशी बाजी मारली. रांची स्पर्धेत प्रथमच मॅटवर कबड्डीचा खेळ पहाण्यास मिळाला.

विश्वकरंडक क्रिकेट स्पर्धेच्या लखलखाटात संपन्न झालेल्या चौतिसाव्या राष्ट्रीय क्रीडा स्पर्धेत सेनादलाने सलग दुसऱ्या वर्षी सर्वसाधारण विजेतेपद संपादन केले. सेनादलाने ७० सुवर्ण, ५० रौप्य आणि ४२ कांस्य अशा एकूण १६२ पदके जिंकली. सलग दुसऱ्यांदा सर्वसाधारण विजेतेपदाचा राजा भालिंदरसिंग करंडक सेनादलाने पटकविला. वुशू, सायकलिंग आणि

तलवारबाजी क्रीडा प्रकारात निर्विवाद वर्चस्व राखताना मणिपूरने ४८ सुवर्ण, ३७ रौप्य आणि ३३ ब्राँझपदकांसह दुसरे स्थान काबिज केले.

हरियानाने (४२-३३-४०) तिसरे स्थान मिळविले. हरियानाने कुस्तीत वर्चस्व राखताना चौदा सुवर्णपदके तर मुष्टियुद्धातही सात सुवर्णपदकाचा पराक्रम केला. मात्र, या क्रीडा प्रकारात झारखंडनेही तेवढीच सुवर्णपदके मिळवून त्यांना कडवा प्रतिकार केला. यजमान झारखंडला पाचव्या स्थानावर समाधान मानावे लागले. तरी आयोजनाचे शिवधनुष्य पेलणाऱ्या झारखंडसाठी ही समाधानकारक कामगिरी ठरली. जलतरणात १३ सुवर्णपदकांसह वर्चस्व राखणाऱ्या महाराष्ट्राने एकूण ४१ सुवर्ण, ४४ रौप्य आणि ४७ कांस्य पदकासह चौथा क्रमांक संपादन केला. पुढील राष्ट्रीय क्रीडा स्पर्धेचे आयोजन करणाऱ्या केरळला (३०-२९-२८) सातव्या क्रमांकावर समाधान मानावे लागले.

दिल्लीला सहाव्या स्थानावर समाधान मानावे लागले असले, तरी त्यांची रिचा मिश्रा ही जलतरणपटू वैयक्तिक प्रकारात सर्वाधिक यशस्वी ठरली. रांची स्पर्धेत केवळ रिचानेच हुकुमत गाजविली. तिने स्पर्धेत अकरा सुवर्णपदकांसह ४ रौप्य, १ कांस्य अशी एकूण सोळा पदकांची कमाई केली. स्पर्धेतील १७ पैकी १६ शर्यतीमधील पदकाच्या यादीत तिचे नाव होते. मात्र, तिला निशा मिलटेचा १९९९ मधील विक्रम मोडता आला नाही. बरोबरी करण्याचस चमत्कार तिने घडविला होता.

मणिपूरची रामेश्वरी (सायकलिंग), केरळची सिनीमोल (कॅनोइंग, कयाकिंग), त्रिपुराचे प्रतिनिधित्व करणारी दीपा कर्माकर (जिम्नॅस्टिक) आणि सेनादलाचा संजीव रजपूत (शूटिंग) यांचीही कामगिरी उल्लेखनीय ठरली. त्यांनी प्रत्येकी पाच सुवर्णपदके जिंकण्याची कमाल केली.

स्पर्धेत काही सनसनाटी निकालही लागले. राष्ट्रकुल स्पर्धेत पदकापासून वंचित राहिलेल्या मायुखा जॉनी हिने तिहेरी उडीत सुवर्णपदकाची कमाई केली. त्यामुळे संभाव्य विजेतेपदाच्या शर्यतीत असणाऱ्या एम. ए. प्रजुशाला रौप्यपदकावर समाधान मानावे लागले. प्रजुशाप्रमाणे पुरुषांमध्येही उडी प्रकारात रंजित माहेश्वरीच्या पदरी निराशा पडली. राष्ट्रकुल स्पर्धेत ब्राँझ आणि राष्ट्रीय विक्रम करणाऱ्या रंजितला ब्राँझपदकावरच समधान मानावे लागले. सर्वात धक्कादायक पराभव राष्ट्रीय, राष्ट्रकुल विजेती अर्चर

राष्ट्रीय क्रीडा स्पर्धा रांची २०११

	संघ	सुवर्ण	रौप्य	कांस्य	एकूण
१	सेनादल	७०	५०	४२	१६२
२	मणिपूर	४८	३७	३३	११८
३	हरियाणा	४२	३३	४०	११५
४	महाराष्ट्र	४१	४४	४७	१३२
५	झारखंड	३३	२६	३७	९६
६	दिल्ली	३२	२६	४१	९९
७	केरळ	३०	२९	२८	८७
८	मध्यप्रदेश	२५	३२	४६	१०३
९	पंजाब	२३	३८	५४	११५
१०	उत्तरप्रदेश	२०	२२	२८	७०

दिपीकाकुमारच्या पदरी आला. रिकर्व प्रकारात आसामच्या अनोळखी खेळाडू प्रतिवा बोरोने तिला पराभवाचा चटका दिला. पुरूषांच्या गटातही तीच कथा लिहिली गेली. आशियाई पदक विजेता तरूणदिप रॉय, राष्ट्रकुल विजेता राहुल बनर्जी आणि विश्वक्रमवारीत तिसऱ्या स्थानावर असलेल्या जयंता तालुकदारला बंगालच्या नवख्या मुनीराम तिर्कीने मागे टाकत सुवर्णवेध घेतला.

स्पर्धेचा शानदार समारोपात १७ वर्षांनतर महाराष्ट्राच्या क्रीडापटूंनी सर्वोत्कृष्ट क्रीडापटूंना करंडक जिंकला. या यशाचा मानकरी वीरधवल खाडे होता. रांची स्पर्धेत मराठी क्रीडावीरांनी धवल कामगिरी करीत मराठी पाऊल पुढे असल्याचे पुन्हा एकदा दाखवून दिले.

सेनादल पुन्हा झिंदाबाद

सुवर्णकन्या पी.टी.उषाच्या केरळ राज्यात तब्बल २८ वर्षांनी राष्ट्रीय क्रीडा स्पर्धेची ज्योत २०१५ मध्ये पुन्हा प्रकटली. उद्घाटन सोहळ्यात भारतरत्न सचिन तेंडुलकरकडून पी.टी. उषा आणि अंजु बॉबी जॉर्ज यांनी क्रीडाज्योत हाती घेऊन २५ फुट समईच्या आकाराची मुख्य क्रीडाज्योत प्रज्वलित केली तेव्हा साऱ्या भारतीयांच्या अपेक्षा उंचवल्या होत्या. मात्र स्पर्धा सुरू होताच साफ निराशा हाती आले. केरळमध्ये कोठेच क्रीडाचैतन्य पहाण्यास मिळाले नाही. ७ शहरात स्पर्धा घेतल्याने ऑलिम्पिकसारखे क्रीडामय वातावरण निर्माण झाले नाही, त्यात घरच्या प्रेक्षकांनी स्पर्धेकडे पाठ फिरविल्याने आता नॅशनल गेम्स नकोच असा सूर प्रकट झाला.

संपूर्ण साक्षर असलेल्या केरळ राज्यातील दुसऱ्यांदा होणारा राष्ट्रीय क्रीडा स्पर्धा तीन वेळा पुढे ढकलण्यात आली. दोन वर्ष उशिर झालेल्या ३५ व्या स्पर्धेचे अखेर ३१ जानेवारी ते १४ फेब्रुवारी २०१५ कालीवधीत सूप वाजले. मुख्य ॲथलेटिक्स स्टेडियममध्ये स्पर्धेच्या उद्घाटन परंपरेस केरळच्या संयोजकांनी छेद दिला. क्रिकेटच्या मैदानात स्पर्धेचे उद्घाटन आणि समारोप सोहळा रंगला. स्पर्धेचा ब्रँड ॲम्बेसिटर असणाऱ्या सचिन तेंडुलकरच्या हस्ते स्पर्धेचे केरळी परंपरेचे दर्शन घडवित शानदार उद्घाटन झाले. क्रिकेट हा प्रकार ऑलिम्पिकमध्ये नाही तसा नॅशनल गेम्समध्येही नाही. तरीही केवळ

सचिन तेंडुलकरचे आकर्षण असल्याने ६० हजार केरळच्या क्रीडाशौकिनांनी उद्‌घाटन सोहळ्यास हजेरी लावली होती. उद्‌घाटन सोहळ्यात सचिन सचिनचा जयघोष घुमत होता.

उद्‌घाटन सोहळ्यात महाराष्ट्राच्या ३२५ जणांच्या पथकाने दिमाख्यात संचलन केले. ऑलिम्पिकपटू राही सरनोबतला ध्वजधारकाला मान प्राप्त झाला होता. सेनादलाच्या शिस्तबध्द संचाननानंतर पंजाब आणि महाराष्ट्राचे पथक मोठे होते. सर्वात शेवटी आलेल्या यजमान केरळच्या ७४४ जणांच्या पथकाला प्रेक्षकांनी जल्लोषात स्वागत केले. भव्य डिजीटल स्क्रीन असणाऱ्या मैदानात केरळी संस्कृतीचा अविभाज्य घटक असणारी समईच्या आकाराची भव्य २५ फूटी उंच क्रीडाज्योत लक्ष वेधक ठरली.

उद्‌घाटन सोहळ्यात सारंकाही केरळी होती. राष्ट्रीय एकात्मता आणि क्रीडाविषयक काहीच सांस्कृतिक कार्यक्रम नव्हते. केरळचा प्राचीन ते अर्वाचीन इतिहास गाथा सांगणाऱ्या सांस्कृतिक कार्यक्रमावर दस्तुरखुद्द पी. टी. उषानेच टिकास्त्र सोडले. केरळी सुप्रसिध्द अभिनेता मोहनलालने सांस्कृतिक कार्यक्रमाचे नियोजन केले होते. कार्यक्रमावर सर्वत्र टिका झाल्याने मोहलालने आपले काही कोटी रूपयांचे मानधनही नाकारले.

मूळात ऑलिम्पिकच्या धर्तीवरील राष्ट्रीय क्रीडा स्पर्धेच्या अनेक नियमांना केरळच्या संयोजकांनी बगल दिली. ॲथलेटिक्स, जलतरणसह किमान पाच खेळ तरी एकाच क्रीडासंकुलात खेळविणे गरजेचे असते. ३५ व्या स्पर्धेत सर्वच क्रीडाप्रकार स्वतंत्र क्रीडासंकुलात उदासीनरित्या होत आहे. राष्ट्रीय अजिंक्यपद स्पर्धेसारखे वातावरण दिसून आले. केरळच्या शासनाला शालेय व महाविद्यालयील विद्यार्थ्यांना स्पर्धेकडे आकर्षित करून घेण्यात अपयश आल्याने स्पर्धेसाठी तिकिट नसताना निम्यापेक्षा अधिक स्टेडियम ओस पडली होती. राजधानी त्रिवेंद्रमसह कोची, कन्नुर, त्रिश्शुर, कोलम, कोझिकोड आणि आलप्पुझा या ७ जिल्ह्यात २९ स्टेडियममध्ये ३१ क्रीडाप्रकारात राष्ट्रीय खेळांचा महोत्सव शेवटच्या दिवसापर्यंत रंगलाच नाही.

स्पर्धेच्या पहिल्या आठवड्यात हरियाणाच्या कुस्तीवीरांनी ठसा उमटविला. कुस्ती आखाड्यातील २४ पैकी १८ सुवर्णपदके एकटच्या हरियाणाच्या मल्लांनी जिंकण्याचा विक्रम केला. या १८ पदकांमुळे हरियाणा आणि सेनादलातच अव्वल स्थानाची शर्यत पहिल्या आठवड्यात रंगली. सेनादलाने

पहिल्या दिवसापासून रोज सुवणोदय होत राहिला. सेनादलाने ९१ सुवर्णपदकासह ३३ रौप्य व ३५ कांस्य पदकांची कमाई करीत पदकतक्यातील आपली मक्तेदारी शेवटच्या दिवसापर्यंत कायम राखली. १५९ पदकांची करिश्मा घडवित सेनादलाने अव्वल स्थान पटकविण्याची हॅटट्रिक केरळमध्ये पूर्ण केली. यापूर्वीच्या गुवाहाटी आणि रांची स्पर्धेत सेनादल अव्वल स्थानावर विराजमान होता. यजमान केरळने स्पर्धेच्या दुसऱ्या आठवड्यात पदकतक्यात मुसंडी मारून महाराष्ट्र, हरियाणाला मागे टाकले. सेनादलाच्या वर्चस्वाला धक्का कोणालाच देता आला नाही. सलग तिसऱ्या स्पर्धेत सेनादलाच्या झिंदाबादचे नारे सर्वत्र घुमत राहिले. कबड्डी, हॉकीसह २६ खेळात पदकांचा करीत सेनादलाने सर्वोश्रेष्ठ कामगिरीचा पुनरावृत्ती केली. लंडन ऑलिम्पिमध्ये रौप्य पदक जिंकणाऱ्या विजयकुमारने ५ सुवर्ण पदकाचा वेध घेतला. लंडन स्पर्धेतील विजेते मेरी कोम, साईना नेहवाल, योगेश्वर दत्त, गगन नारंग आणि सुशीलकुमार यांनी स्पर्धेकडे पाठ फिरवली.

मल्याळी मंडळींनी देशातील सर्वोत्तम क्रीडामहोत्सवाकडे पाठ फिरविली तरी केरळी क्रीडापटूंनी सर्वोत्तम यश संपादित केले. केरळने सर्वाधिक १६२ पदके जिंकण्याची किमया घडविली. मणिपूर स्पर्धेनंतर केरळने तब्बल १५ वर्षांनी पदकतक्यात मुसंडी मारल्याचे दिसून आले. ॲथलेटिक्ससह सायकलिंग, कयाकिंग, जलतरणाच्या जोरावर ५४ सुवर्णसह १६२ पदकांची लूट करीत केरळने आपली क्रीडाशक्ती देशाला दाखवून दिली. जलतरणात केरळचे आयात धोरण सुवर्णमय ठरले. मूळचा तामिळनाडूचा साजन प्रकाश नॅशनल गेम्स केरळकडून खेळला. साजनने स्पर्धेतील वैयक्तिक सर्वाधिक पदकाची जादू घडविली. ६ सुवर्ण, २ रौप्य पदके गळ्यात मिरविणारा साजन स्पर्धेतील सर्वोत्कृष्ट पुरूष क्रीडापटूचा मानकरी ठरला.

ॲथलेटिक्समध्ये भाग्य फळफळलेल्या केरळला सायकलिंग, बॅडमिंटन, तलवारबाजीतही सोने गवसले. ॲथलेटिक्समधील ३४ पदकांच्या जादूमुळे पहिल्या आठवड्यापासून आघाडीवर असलेल्या महाराष्ट्र, हरियाणाला मागे टाकत केरळने स्पर्धेच्या सरतेशवेटी दुसऱ्या स्थानावर यशस्वी उड्डाण केले.

हरियाणा व महाराष्ट्राने अनुक्रमे आपले तिसरे व चौथे स्थान कायम राखले. हरियाणाने कुस्तीनंतर अपेक्षेप्रमाणे बॉक्सिंगमध्येही यश कमवले. विशेष म्हणजे मराठमोळ्या कबड्डीतही दोन्ही गटात प्रथमच जय हरियाणाचा

सुवर्णकन्या – महाराष्ट्रासाठी केरळमध्ये पहिले सुवर्णपदक जिंकणारा संघ डावीकडून आरती घोरपडे, आदिती धुमटकर, मोनिक गांधी, आकांक्षा व्होरा

नारा घुमला. केरळमध्ये मणिपूर अनेक वर्षांनंतर मागे पडले. प्रथमच पहिल्या दहा संघात स्थान संपादन करून गुजरातने अच्छे दिन आल्याचे दाखवून दिले.

महाराष्ट्राने गत रांची स्पर्धेच्या तुलनेत ११ सुवर्णपदके कमी जिंकली तरी आपले चौथे स्थान कायम राखले. ३० सुवर्ण, ४३ रौप्य व ५० कांस्यसह महाराष्ट्राने १२३ पदकांची कमाई केली. जलतरण, नेमबाजीतील अव्वल कामगिरीमुळे महाराष्ट्र पहिल्या पाचमध्ये चमकत राहिला. जलतरणात मुंबईच्या आकांक्षा व्होराने ५ सुवर्णासह १ रौप्य पदकाची किमया केली. तिच्यासारखीच पदकाची लूट मध्यप्रदेश व अंदमान निकोबरच्या कयाकिंगच्या महिला खेळाडूंनी केली होती. स्पर्धेत चार नवे विक्रमाची नोंद केल्याने तिला सर्वोत्कृष्ठ महिला क्रीडापटूंचा बहुमान मिळाला. रांचीनंतर केरळ स्पर्धंतही सर्वोत्कृष्ठ खेळाडूंच्या यादीत महाराष्ट्र चमकला.

स्पर्धेत महाराष्ट्राचे ६९२ जणांचे पथक सहभागी झाले होते. ३० पैकी २३ क्रीडाप्रकारात जय महाराष्ट्राचा सूर निनादला. गोल्डन गर्ल आकांक्षा व्होरासह वीरधवल खाडे, आदिती धुमटकर, मोनिक गांधी, आरती घोरपडे, रितिका श्रीराम यांनी पदकाच्या सुवर्ण हॅटट्रिकचा करिश्मा घडवित महाराष्ट्राची शान उंचविली. जलतरणात रोज महाराष्ट्राचा झेंडा डौलाने फडकत होता. ११ सुवर्णासह ३२ पदके जलतरणपटूंनी कमावली.

स्पर्धेच्या सातव्या दिवशी पदकाचा धुमधडका कायम ठेवून २५

सुवर्णासह महाराष्ट्राने दुसऱ्या स्थानावर झेप घेतली होती. डायव्हिंगमध्ये दुपारी रितीका श्रीरामने सोनेरी हॅटट्रिकसह वाढदिवस साजरा केला तर पाठोपाठ संध्याकाळी जलतरणात आकांक्षा व्होराने विक्रमासह पाचव्या सुवर्णपदकाचा पराक्रम नोंदविला. तिचे हे पदक तिच्यासाठी आणि राज्यासाठी लकी ठरले. ती स्पर्धेतील सर्वोत्कृष्ट महिला क्रीडापटू ठरली तर महाराष्ट्राने पदकतक्यात हरियाणाला मागे टाकत सेनादलनंतर दुसऱ्या स्थानावर मजल मारली होती. महाराष्ट्राच्या मुली रोज सुवर्णशिखरास गवसणी घालत असल्याने केरळमध्ये महाराष्ट्राच्या मुली लय भारी, पदकतक्यात घेई भरारी हा जयघोष ऐकू येत होता.

अर्चरी, सायकलिंगमध्येही महाराष्ट्राच्या मुलींनी पहिले ऐतिहासिक सुवर्णपदकांची जादू घडविली. अर्चरीत साताऱ्याच्या एकता शिर्केने सुवर्णवेध घेतला तर सायकलिंगमध्ये पुण्याच्या रूतुजा सातपुतेने सुवर्ण पल्ला पार केला. अपेक्षेप्रमाणे नेमबाजीत मराठी खेळाडूंना पदकाचा नेम धरता आला नाही. तरीही अनुभवी अंजली भागवत, तेजस्विनी सावंत, राही सरनोबत, दिपाली देशपांडेसह नव्या दमाच्या पूजा घाटकर, वेदांगी तुळजापुरकरने पदकाची डबल धमाका उडविला.

रांची स्पर्धेत जिम्नॉस्टिक्सच्या ८ सुवर्णपदकामुळे महाराष्ट्राने पदकतक्यात गरूडझेप घेतली होती. केरळमध्ये जिम्नॉस्टिक्समध्ये वादग्रस्त घसरण पहाण्यास मिळाली. मध्य त्रिवेंद्रमधील जिम्मी जॉर्ज स्टेडियममध्ये महिलांच्या सांघिक रिदेमिक प्रकारात सुवर्णाचा दावेदार असणाऱ्या महाराष्ट्राला पंचाच्या राजकारणमुळे कांस्यपदकावर समाधान मानावे लागले. पुण्याच्या

अर्चरीतील महाराष्ट्राच्या पदकविजेत्यासोबत लेखक संजय दुधाणे

मधुरा तांबेच्या एकमेव सुवर्णासह जिम्नॉस्टिक्स केवळ ७ पदके महाराष्ट्राच्या नावापुढे झळकली.

कुस्तीत महाराष्ट्राच्या मल्लांनी एकूण ८ पदके जिंकून १४ वर्षांनंतर चमकदार कामगिरीचे प्रदर्शन घडविले. महिला कुस्तीगीरांनी अंतिम फेरीपर्यंत मजल मारीत मराठीबाणा दाखवून दिला. वुशु खेळातही महाराष्ट्राचे खाते उघडले. जलतरण, नेमबाजी पाठोपाठ अॅथलेटिक्समध्ये महाराष्ट्राने क्रीडापटू चमकला. आशियाई विजेत्या ललिता बाबरने सुवर्ण धाव घेतली.

सांघिक खेळात केवळ खो-खोने सोने लुटले. यजमान केरळला खो देत महाराष्ट्राची दुहेरी सुवर्ण सूर मारला. कबड्डीत महिलांनी अंतिम फेरी गाठून सुवर्ण आशा पल्लवित केल्या होत्या. हरियाणाच्या तगड्या मुलींनी सुवर्ण यश शेवटच्या पाच मिनिटात महाराष्ट्राकडून खेचून घेतले. रग्बीमध्ये सुवर्णाची पुनरावृत्ती आपण करू शकलो नाही. वॉटरपोलोतही रूपेरी यश पदरी आले.

अनेक खेळांची सराव शिबिरे वेळेवर सुरू करता आली नव्हती, तरीही आपल्या खेळाडूंनी चमकदार कामगिरी करीत आपले स्थान कायम राखले. महाराष्ट्रासाठी एकच वाईट घटना घडली ती म्हणजे स्पर्धेच्या काळात नेटबॉल खेळाडू मयुरेश पवारचा आकस्मिक मृत्यू.

साताऱ्याच्या मयुरेश पवारचे आकस्मिक दुर्दैवी निधन स्पर्धेच्या चौथ्या दिवशी झाले. १९ वर्षीय मयुरेशच्या निधनाने साऱ्या महाराष्ट्राच्या पथकावर शोककळा पसरली होती. नेटबॉलचा संघ ठसाठसा रडत होता. जिमॉस्टिक्ससह स्पर्धेतील अनेक मैदानात मयुरेशला भावपूर्ण श्रध्दांजली वाहण्यात आली. क्रीडाग्रामाही त्यादिवशी हळहळले होते.

उद्घाटन सोहळा केरळमय झाला होता. ही चुक समारोपात दुरूस्त करण्यात आली. देशातील सर्वच राज्याचे पारंपारिक नृत्याची झलक समारोपात प्रकाशली. लावणीपासून पंजाबी भांगड्याने अनेकांना ठेका धरण्यास लावला. समईच्या आकाराची क्रीडाज्योत मावळली तेव्हा आता गोवा राज्यात भेटू असा संदेश देण्यात आला. गोव्यातील ३६ वी स्पर्धाही वेळेत होण्याची शक्यता कमी आहे. ऑलिम्पिकनंतरच २०१७ मध्ये गोवा स्पर्धेचा बिगुल वाजविला जाईल. तोपर्यंत केरळ स्पर्धेतील कडूगोड आठवणींना देशभरातील क्रीडापटू उजाळा देत राहतील.

GET SET PLAY

National Games
KERALA 2015

राष्ट्रीय क्रीडा स्पर्धा केरळ २०१५

	संघ	सुवर्ण	रौप्य	कांस्य	एकूण
१	सेनादल	९१	३३	३५	१५९
२	केरळ	५४	४८	६०	१६२
३	हरियाणा	४०	४०	२७	१०७
४	महाराष्ट्र	३०	४३	५०	१२३
५	पंजाब	२७	३४	३२	९३
६	मध्य प्रदेश	२३	२७	४१	९१
७	मणिपूर	२२	२१	२६	६९
८	तामिळनाडू	१६	१६	२०	५२
९	गुजरात	१०	०४	०६	२०
१०	आसाम	०९	०५	११	२५

सुवर्णपदक विजेता खो-खो संघ

चॅम्पियन्स...

कोहिनूर खाशाबा

राष्ट्रीय क्रीडा स्पर्धेत महाराष्ट्राच्या यशाची पताका सदैव मानाने फडकविणाऱ्या खेळाडूंची यादी मोठी आहे. स्वातंत्र्यानंतर ज्या इंडियन ऑलिम्पिक गेम्स म्हणजेच नॅशनल गेम्स झाल्या त्या स्पर्धेतही महाराष्ट्राचा एक कोहिनूर हिरा चमकला होता. खाशाबा जाधव नावाच्या कोहिनूरने लखनौ येथील १९४८ च्या इंडियन ऑलिम्पिक गेम्समध्ये कुस्तीत वरचढ असणाऱ्या निरंजन दाला चारीमुंड्या चीत केले आणि राज्यासाठी लाखमोलाचे सुवर्णपदक कमावले. या सुवर्णयशामुळे खाशाबा लंडन ऑलिम्पिकसाठी पात्र ठरले होते. राष्ट्रीय क्रीडा स्पर्धेतील लक्षवेधी यशाच्या जोरावरच खाशाबा लंडनमध्ये सहाव्या स्थानापर्यंत मजल मारू शकले. १९५२ मधील मद्रास राष्ट्रीय क्रीडा स्पर्धेतही खाशाबा सहभागी झाले होते. येथे पंचाच्या चुकीमुळे त्यांने सलग दुसऱ्यांदा सुवर्णपदकाचे स्वप्न अपुरेच राहिले. त्यांना अंतिम फेरीत एक गुण कमी देऊन पराभूत करण्यात आले होते. खाशाबांच्या जागी ऑलिम्पिकसाठी दुसरा एक जण निवडला जावा म्हणून खाशाबांवर अन्याय करण्यात आला. याला स्वत: खाशाबांनी वाचा फोडली. त्यांनी आपल्यावरील अन्यायाचे भारतीय ऑलिम्पिक संघटनेचे अध्यक्ष महाराज यादवेंद्रसिंग यांना पत्र लिहिले. महाराजांना पुन्हा निवड चाचणी घेऊन खाशाबांना न्याय

दिल्यामुळेच देश १९५२ मध्येच पहिले ऐतिहासिक पदक बघू शकला. वादग्रस्त पराभव ते जागतिक विजय व्हाया राष्ट्रीय क्रीडा स्पर्धा असा खाशाबांचा ऑलिम्पिक पदकाचा प्रवास आहे. कराडमधील गोळेश्वर गावात जन्मलेल्या खाशाबांना बालपणापासूनच कुस्तीची आवड होती. त्यांच्या गुणवत्तेचे कुस्तीपंढरी कोल्हापूरात सोने झाले. आंतरशालेय, आंतरविद्यापीठ, आंतरविभागीय, राष्ट्रीय, आंतरराष्ट्रीय, जागतिक अश्या क्रमाने विजयश्री मिळविणारे खाशाबा जाधव हे एकमेव क्रीडापटू आहेत. मात्र त्यांच्या १९५२ हेलसिंकी ऑलिम्पिकमधील यशाचे चीज ते जिवंत असेपर्यंत झाले नाही. लढवय्या खाशाबा शेवटपर्यंत उपेक्षितच राहिले.

विश्वविक्रमी जसपाल

९० व्या दशकात नेमबाजी प्रकार समोर येताच एकमेव नाव समोर येत असे ते जसपाल राणाचे. दुलर्क्षित अश्या क्रीडाप्रकाराना आपल्या आंतरराष्ट्रीय, आशियाई अजिंक्याच्या जोरावर जसपालने नजरेसमोर आणले. नेमबाजी आणि पदक जिंकणे हे जसपालच अतूट नातेच बनले होते. दिल्लीच्या जसपालने खरी कमाल केली ती बेंगलोरच्या चौथ्या राष्ट्रीय क्रीडा स्पर्धेत. आवडत्या सेंटर फायर पिस्तुल प्रकारात ५९० गुणांची जादू करून राष्ट्रीय नवे तर जागतिक विक्रमाला जसपालने गवसणी घातली. तो येथेच थांबला नाही. पुढील इम्फाळ स्पर्धेतही दुसऱ्यांदा विश्वविक्रमाचा करिश्मा जसपालने केला.

परंतु जागतिक संघटनेच्या स्पर्धेत त्याने हा पराक्रम केला नसल्याने त्याची अधिकृत नोंद होऊ शकली नाही.

पुणे, बेंगलोर, इम्फाळ, पंजाब असा चारही स्पर्धेत पदकाची कमाई करणाऱ्या जसपालने देशासाठी आशियाई, राष्ट्रकुल पदकेही पटकाविली आहे. किशोरवयात वडिलांनी जसपालला हाती शूटींगसाठी पिस्तुल दिली आणि पाहता पाहता दिल्लीच्या शूटींग रेंजवर त्यांचा खेळ बहरला. यशाच्या शिखरावर असतानाही जसपालचे पाय जमिनीवर राहिले. राष्ट्रीय क्रीडा स्पर्धेस तो न चुकता हजेरी लावली. आपल्या सहकाऱ्यांबरोबर क्रीडाग्रामात राहणे पसंत करीत. तो आपल्या दिल्लीच्या सहकाऱ्यांबरोबर इतर खेळाचा मनमुराद आनंद लुटताला दिसे.

आंध्रप्रेमी गोपीचंद

ज्या राज्याने सुविधा दिल्या, मानसन्मान दिले, प्रेम केले त्याचे ऋण व्यक्त करणारे खेळाडू दुर्मिळच. ऑल इंग्लंड स्पर्धा गाजविणारा पुल्लेला आंध्रप्रदेशाच्या प्रेमापोटी चार राष्ट्रीय क्रीडा स्पर्धेत खेळत राहिला. पदक जिंकून त्याने राज्याची शानही उंचाविली. १९९४ च्या तिसऱ्या राष्ट्रीय क्रीडा स्पर्धेत दुखापतग्रस्त असतानाही केवळ राज्यासाठी तो खेळला. अंतिम फेरी गोपीचंदने गाठली. पाय दुखत असताना पराभूत होऊनही रौप्यपदक मिळवून दिल्याचे समाधान गोपीच्या चेहऱ्यावर झळकत होते. तो दुखापतीमुळे चौथी स्पर्धा खेळला नाही. मात्र पाचव्या इम्फाळ तर सहाव्या पंजाब स्पर्धेत गोपीचंदची उपस्थिती त्याने जिंकलेल्या सुवर्णपदकापेक्षा मोठी होती. तर आंधप्रदेशला पदक देण्याचा आनंद गोपीसाठी मोठा होता. खुल्या राष्ट्रीय बॅडमिंटन स्पर्धेत पेट्रोलियम बोर्डाच्या नोकरीमुळे त्याला त्याच संघाकडून खेळणे बंधनकारक असते. मात्रा राष्ट्रीय क्रीडा स्पर्धेत केवळ राज्यासाठी खेळ खेळण्यास गोपी अतुर झालेला दिसे.

वेलोड्रमची राणी जस्मिन

पहिल्यावहिल्या राष्ट्रीय क्रीडा स्पर्धेत महाराष्ट्राच्या यशाचा किल्ला पुरुषांच्या खांद्याला खांदा लावून महिलाही लढत होत्या. या लढाऊ महिलांमध्ये एक छोट्या चणीची सायकलपटू राज्यासाठी चार-चार सुवर्णपदकांचा बुरुज लढवित होती. जिकंत होती. वेलोड्रमची राणी बनलेल्या जस्मिन आर्थेनाने चार सुवर्णपदके जिंकून महाराष्ट्राच्याच अनिता सूद (जलतरण) कामगिरीशी बरोबरी केली होती. परंतु जस्मिनने दोन नवे राष्ट्रीय विक्रम नोंदविल्याने तीने राष्ट्रीय क्रीडा स्पर्धेच्या इतिहासात सर्वप्रथम सर्वोत्कृष्ट महिला खेळाडू बनण्याचा मान संपादन केला.

१९८४ मध्ये सेऊलमधील जुनिअर आशियाई स्पर्धा गाजविणाऱ्या जस्मिनकडून दिल्लीत मोठ्या अपेक्षा होत्या, परंतु मुंबईत सराव करणाऱ्या जस्मिनलाही चार पदकाची खात्री नव्हती. दिल्लीत पहिल्या स्पर्धेत महाराष्ट्राची शान वाढविणारी जस्मिन लहानपणापासून सायकलिंग खेळात रमली. आई-वडिलांच्या बहुमोल मार्गदर्शनामुळे ती ज्युनिअर स्पर्धेपासून यशाची शिखर गाठत गेली. पर्दापणातच यश मिळाल्यानंतर जस्मिनने मागे वळून पाहिलेच नाही.

चॅम्पियन रेझा

एकदातरी व्हिटरी स्टॅंडवर उभे राहून मानाचे पदक स्वीकारण्याचे स्वप्न प्रत्येक खेळाडू पहात असतो. दिल्लीत अर्धा डझन वेळा व्हिटरी स्टॅंडवर मानाने उभे राहण्याचे भाग्य महाराष्ट्राच्या रेझा शिरासीला लाभले होते. तो पहिल्या स्पर्धेत विजेत्यांचा विजेता होता. चॅम्पियन बनला होता. १००-२०० मीटर बटरफ्लाय, २००-४०० मीटर फ्रि स्टाईल, २००-४०० मीटर वैयक्तिक मेडले असा तीन प्रकारात दुहेरी मुकुट मिळविणाऱ्या रेझाच्या गळात स्पर्धेतील सर्वोत्कृष्ट खेळाडूची माळ पडली होती. वयाच्या १६ वर्षी रेझाने मिळविलेले सुवर्णयश कौस्तुकास्पद होते. आपल्यापेक्षा वरचढ, अनुभवी जलतरणपटूंना रेझाने दिल्लीत पाणी पाजले. ज्युनिअर गटात अव्वल असणारा रेझा सिनीयर गटातही सहज पाणी कपात सर्वप्रथम आला होता. दिल्लीतील पहिली राष्ट्रीय क्रीडा स्पर्धा रेझासाठी कार्किदीतील सर्वात्तम कामगिरी होती. यानंतर रेझा नावाचा चॅम्पियन हिरा चमकलाच नाही. परंतु त्याचे पहिले यश इतिहासात सुवर्णक्षण बनले होते.

जलपरी – निशा

'स्काय द लिमेट' चा चमत्कार जलपरी निशा मिलेटने अनेक वेळा राष्ट्रीय स्पर्धेत दाखविला आहे. निशा मूळची तामिळनाडूची परंतु कर्नाटकने तिला दत्तक घेतले. तिला सुविधा दिल्या. नोकरी दिली, मान दिला. याची उत्तराई तिने कर्नाटकसाठी आपल्या यशाचा झेंडा फडकवित केली. पुणे, बेंगलोर, इम्फाळ राष्ट्रीय क्रीडा स्पर्धेतील २८ सुवर्णपदके एकट्या निशाच्या नावावर जमा आहे. हा स्पर्धेच्या इतिहासातील नवा विक्रमच आहे. १९९४च्या पुणे राष्ट्रीय क्रीडा स्पर्धेत जेव्हा निशा खेळली तेव्हा ती केवळ ११ वर्षाची चिमुरडी होती. तरीही तीन सुवर्णपदके तीने जन्मभूमी तामिळनाडूला जिंकून देऊन जलतरणातील नव्या पर्वाची सुरुवात केली. कर्मभूमी बेंगलोरच्या स्पर्धेत तर निशाने ९ सुवर्ण जिंकून सर्वोत्कृष्ट महिलांचा किताब कर्नाटकासाठी मिळविला. तेव्हा १४ वर्षाची ही जलपरी अवघ्या देशात कौतुकाचा विषय बनली. इंम्पाळच्या स्पर्धेत तर न भूतो न भविष्यती कामगिरीची नोंद निशाने केली. तीने १४ सुवर्णपदकाचा पराक्रम खुमान लम्पाक क्रीडानगरीच्या जलतरण तलावात केला. फ्री स्टाईल, बॅक स्ट्रोक, बटरफ्लायसह ६ क्रीडाप्रकारात तीने हुकुमत गाजविली. या स्पर्धेत कर्नाटकने जिंकलेल्या २८ पदकापैकी निम्मी पदके एकट्या निशाची होती. ओरिसा, राजस्थान, गुजरात, आसाम या राज्याच्या एकूण पदकापेक्षा सरस कामगिरी निशाची होती. तीचे मूर्ती लहान पण कीर्ती महान होती. म्हणूनच राष्ट्रीय क्रीडा स्पर्धेच्या इतिहासात सर्वोत्तम खेळाडू म्हणून निशाचेच नाव कोरले गेले आहे.

जो जीता वही झेव्हियर

डोक्यावर केस नसलेला जलतरणपटू पाण्यात उतरतो. सहजरीत्या विक्रमी वेळेत तो शर्यत जिंकतो. हा दुसरातिसरा कोणी नसून सॅबेस्टियन झेव्हियर असणार हे ९० च्या दशकात कोणीही सांगत असे. जन्मभूमी, कर्मभूमी तामिळनाडूसाठी पदकाची लयलूट करणारा झेव्हियर जलतरणातील एक वादळ होते. हे पाण्यातील वादळ थांबवण्याचा प्रयत्न अनेक राज्यातील खेळाडूंनी केला. मात्र तो फारसा यशस्वी ठरला ना. पुण्यातील राष्ट्रीय क्रीडा स्पर्धेत ७ सुवर्णपदके जिंकणारा झेव्हियर बेंगलोर स्पर्धेत पाच शर्यतीत चमकला. वैयक्तिक अजिंक्यपद तो बेंगलोरमध्ये मिळवू शकला नाही. या स्पर्धेपुरता जे अभिजीतने त्याची घोडदौड थांबविली. परंतु पुढच्याच इम्फाळ

स्पर्धेत हिरो बनलेला झेव्हियरच्या नावापुढे अर्धा डझन पदके झळकली. म्हणजे राष्ट्रीय क्रीडा स्पर्धेत पुरुषांमध्ये सर्वाधिक १८ सुवर्णाचा विक्रम झेव्हियरने केला आणि सलग ३ स्पर्धेत ५ सुवर्णपदक जिंकणाऱ्या पराक्रम एकट्या झेव्हियरच्या नावावर जमा आहे.

सुवर्णकन्या उषा

पी. टी. उषाच्या सुवर्णमय कारकिर्दीत राष्ट्रीय क्रीडा स्पर्धेतील यश तिच्या सुवर्णकन्या बिरुदावलीला साजेसे आहे. १९८४ च्या लॉस एंजेलिस ऑलिम्पिक स्पर्धेत उषाचे पदक अवघ्या १ दशांश सेकंदाने हुकले. उषा पराभवाने खचली नाही. तिने नव्याने कारकिर्दीचा श्रीगणेशा केला आणि १९८५च्या दिल्ली राष्ट्रीय क्रीडा स्पर्धेत १०० मीटर, ४०० मीटर धावणे, ४०० मीटर अडथळा शर्यत जिंकून तिने पुन्हा आपला झंझावात सुरू केला. पाठोपाठ १९८६च्या जाकार्ता आशियाई मैदानी स्पर्धेत व सेऊल आशियाई क्रीडा स्पर्धेत ५ सुवर्णपदकाची जादू करून ती अवघ्या देशाची सुवर्णकन्या बनली. यामुळे महिलांच्या क्रीडाविकासास वेग आला. जन्मभूमीत झालेल्या दुसऱ्या क्रीडा राष्ट्रीय क्रीडा स्पर्धेत ती दुखापतीमुळे ट्रॅकवर उतरू शकली नाही. तरीही केरळच्या १९८७ मधील स्पर्धेत मैदानात न उतरता चर्चेत राहिली ती पिलवूल्लकंदी थक्केपारम्बली उषा.

सर्वोत्तम पंडित

यशाची पताका आशियाई, राष्ट्रकुल स्पर्धेत मानाने फडकविल्यानंतर घरच्या मैदानावर मिळालेले यशच प्रेरणादायी आहे असे अशोक पंडित आजही अभिमानाने सांगतो. राष्ट्रीय क्रीडा स्पर्धा आणि अशोक पंडितचे पदकाचे नाते दिल्लीपासून अतूट राहिले. १९८५ (दिल्ली), १९९४ (पुणे), १९९७ (बेंगलोर), १९९९ (इम्फाळ), २००१ (पंजाब), केवळ १९८७ ची केरळ स्पर्धा वगळता सर्वच्या सर्व स्पर्धेत पंडित महाराष्ट्रासाठी नॅशनल गेम्सचे पदक घेऊनच घरी परतला आहे. यापैकी १९९४ मधील तिसऱ्या स्पर्धेत घरच्या वरळी शुटींग रेंजवरील कामगिरी तो कधीच विसरू शकणार नाही. २८ पैकी १५ प्रकार जिंकून १९९४ ची स्पर्धा पंडितने गाजविली. ८ सुवर्ण, १ रौप्य, १ कांस्य अशी नेत्रदीपक कामगिरी करणारा पंडित तिसऱ्या स्पर्धेत देशातील सर्वोत्तम क्रीडापटूचा मानकरी ठरला होता. यानंतरच्या स्पर्धेत पंडित मागे पडत गेले व जसपाल राणाचे पर्व सुरू झाले.

विक्रमी विकास

खरं तर सर्वोत्कृष्ट खेळाडूचा मान जातो तो जलतरण, नेमबाजी, सायकलिंग खेळाडूंकडेच. परंतु पंजाब नॅशनल गेम्समध्ये बाजी मारली ती जिम्नॅस्टिक विकास पांडेने. पंजाबात विजेत्यांचा विजेता उत्तरप्रदेशचा विकास पांडे ठरला. जिम्नॅस्टिक्ससारखा अवघड कसरतीच्या प्रकारात ८ सुवर्णपदकाचा विक्रम करणाऱ्या विकासचे यश हे आश्चर्यकारकच होते. त्याच्या यशाला चिकाटीची सोनेरी किनार होती.

स्पर्धेतील सर्वच्या सर्व आठ प्रकारात विकास अव्वल ठरला. यापूर्वीच्या इम्फाळ स्पर्धेत विकासने ५ सुवर्णपदकाचा पल्ला गाठून आश्वासक कामगिरी केली होती.

सुवर्णदेवी रामेश्वरी

पंजाबातील सहाव्या राष्ट्रीय क्रीडा स्पर्धेत सर्वोत्कृष्ट महिला खेळाडू कोण असेल याचा अंदाज नाव जाहीर होईपर्यंत कोणालाच आला नाही. स्पर्धेत जलतरण प्रकार नसल्याने निशा मिलेटची सर्वोत्कृष्ट यशाची हॅटट्रिक हुकली होती. यामुळे नेमबाज अंजली वेदपाठकचे नाव चर्चेत होते. परंतु पंजाबात सर्वोत्कृष्ट ठरली ती डोंगरदऱ्यात रहाणारी रामेश्वरी देवी. राष्ट्रीय विक्रमासह ५ सुवर्णपदके जिंकणारी रामेश्वरी ही मणिपूरची सुवर्ण देवी ठरली. १८ वर्षीय रामेश्वरीने हे यश मणिपूरच्या क्रीडावैभवाचे मानाचे पान ठरले. 'प्रयत्नांती परमेश्वर' यावर विश्वास असणाऱ्या रामेश्वरीच्या क्रीडा साधना पंजाबात सफल झाली.

किस्से... किस्से

पदक कोणाचे, बिहारचे का तामिळनाडूचे

आपल्या राज्याचा जास्तीतजास्त पदके मिळावी यासाठी परराज्यातील खेळाडू खेळवणे ही बाब. राष्ट्रीय क्रीडा स्पर्धेत नवीन राहिली नाही. खेळाडूंच्या रोख रक्कमाच्या मोहापुढे ज्या राज्याने त्याला घडवले ते सहज विसरतात. पहिल्यावहिल्या दिल्लीतील स्पर्धेत काही क्रीडा संघटकांनी मूळाचा तामिळनाडूचा असणाऱ्या चार्लेस बोरोमेओला चक्क बिहारकडून खेळण्याचा घाट घातला. कारण चार्लेस बिहारमध्ये टिस्को कंपनीत नोकरीला होता. भारतीय ॲथलेटिक्स महासंघाकडून चार्लेस बिहारकडून प्रतिनिधित्व करतोय असे अधिकृतपणे सांगण्यात येत होते. परंतु चार्लेस नोकरी करतो म्हणून बिहारच्या मोहाला बळी पडला नाही. १९८८ची आशियाई स्पर्धा गाजविणाऱ्या कार्लोसने ८०० मीटरमध्ये राष्ट्रीय क्रीडा स्पर्धेत सुवर्णपदकाची कमाई केली. परंतु तो कोणत्या राज्याकडून खेळतो हा वाद सुरूच होता.

पदक वितरण समारंभात राज्याचे नाव न घेताच कार्लोसने पदक स्वीकारले. यामुळे या वादाचा नव्याने पेच फुटले. कार्लोसचे पदक नेमके कोणाचे बिहारचे का तामिळनाडूचे अखेर दुसऱ्या दिवशी कार्लोस पत्रकारांसमोर हजर रोहिला. मी बिहारकडून खेळण्यासाठी नोंदणी न केल्याचे सांगताच कार्लोस म्हणाला की मुख्यमंत्री एम. जी. रामाचंद्रन यांची इच्छा आहे की मी

महत्त्वाचा स्पर्धेत तामिळनाडूसाठीच धावावे. म्हणून त्यांच्या शब्दासाठी मी तामिळनाडूचाच खेळाडू असून माझे पदकही तामिळनाडूचेच आहे. अखेर कालॉस प्रकरणावर पडदा पडला, मात्र त्याने 'बोले तैसा चाले' हे परराज्याकडून खेळणाऱ्या क्रीडापटूंना दाखवून दिले.

पहिलेच पदक वादाच्या भोवऱ्यात

पहिल्या राष्ट्रीय क्रीडा स्पर्धेतील मानाचे पहिले पदक जलतरणपटू विल्सन चेरीयनने जिंकले हे पदक कोणत्या राज्याचे? केरळाचे की तामिळनाडूचे यामुळे स्पर्धेचे पहिलेच पदक वादाच्या भोवऱ्यात अडकले होते. विल्सन हा दक्षिण रेल्वेचा खेळाडू. दक्षिण रेल्वेचा संघ हा तामिळनाडू ऑलिम्पिक संघटनेशी संलग्न आहे. यामुळे विल्सन हा आमचा खेळाडू असल्याचा दावा तामिळनाडूने केला. परंतु मूळचा विल्सन त्रिवेंद्रमचा यामुळे तो केरळाचा खेळाडू आहे. म्हणून विल्सनचे पहिले पदक केरळाचे असण्याची भूमिका केरळा ऑलिम्पिक संघटनेने घेतली. अखेर वादग्रस्त बनलेले हे प्रकरण भारतीय ऑलिम्पिक संघटनेचे अध्यक्ष विद्याचरण शुक्लापर्यंत जाऊन पोचले. स्पर्धेच्या नव्या नियमानुसार विल्सन हा केरळ खेळाडू असल्याचे त्यांनी स्पष्ट केले आणि स्पर्धेतील पहिले वहिले मानाचे पदक केरळाच्या खात्यात जमा झाले.

बनावट तिकिटे

पैशासाठी राजधानी दिल्लीत कोण काय करेल हे सांगता येत नाही. याचा प्रत्यय पहिल्या राष्ट्रीय क्रीडा स्पर्धेच्या वेळीही दिसून आला. दिल्लीतील स्पर्धेत कोणत्याही सामन्यांना प्रवेश शुल्क ठेवण्यात आले नव्हते. तरीपण फुटबॉल सामन्यासाठी पाच व दहा रुपयांची तिकिटे खरेदी करून काही प्रेक्षक आले होते. प्रगती मैदानावरील संघटन समितीच्या कार्यालयात ही तिकिटे खरेदी करण्यात आली होती असा प्रकार दुसरीकडे दिसला नाही म्हणून चौकशी करण्यात आले. परंतु बनावट तिकिटे आली कोठून हे गुलदस्त्यातच राहिले.

हत्ती आणि उद्घाटन

केरळमधील दुसऱ्या राष्ट्रीय क्रीडा स्पर्धेचे उद्घाटन त्रिवेंद्रममधील मुख्य ॲथलेटिक्स स्टेडीयममध्ये होणार होते. शृंगारलेले हत्ती हे उद्घाटन समारंभाचे प्रमुख आकर्षण होते. परंतु हत्तींच्या प्रवेशासाठी स्टेडीयमच्या भिंती पाडाव्या

लागणार होत्या. त्यामुळे केवळ हत्तीच्या प्रवेश समस्येमुळे उद्घाटनाचे स्थळच बदलण्याचा निर्णय ऐनवेळी घेण्यात आला. केरळ विद्यापीठ मैदानावर उद्घाटन घेण्याचे ठरले. यासाठी तात्पुरती गॅलरी उभारण्यात आली. खरोखरच शृंगारलेल्या हत्तींनी देशभरातील खेळाडूंचे मन जिंकले. केरळी संयोजकाच्या हत्तीसाठी केलेल्या धावपळीचे सार्थक झाले होते.

आशा-निराशा-उषा

केरळमध्ये राष्ट्रीय क्रीडा स्पर्धा आयोजित करण्यासाठी पी.टी. उषाची कामगिरी महत्त्वाची ठरली होती. घरच्या मैदानावर आपल्या लाडक्या सुकन्येची धाव पहाण्यासाठी हजारो केरळी क्रीडारसिक चातकाप्रमाणे वाट पहात होते. १९८७ मधील राष्ट्रीय क्रीडा स्पर्धा सुरू होताच उषाच्या नावाचा जयघोष सुरू झाला. स्पर्धेच्या उद्घाटनप्रसंगी तिनेच खेळाडूंच्यावतीने शपथ घेतली. उषा धावताना दिसेल या आशेने साऱ्या केरळच्या नजरा ट्रॅककडे वळल्या होत्या. दुखापतीमुळे १००,२०० मीटरमध्ये पी. टी. भाग घेणार नव्हती. परंतु समारोपाच्यावेळी होणाऱ्या ४०० मीटर शर्यतीत तिचा प्रवेश निश्चित होता. मात्र उषाने आपल्या चाहत्यांची निराशाच केली. शेवटच्या दिवशीही दुखापतीमुळे ती ट्रॅकवर उतरली नाही. तरीही सर्वसाधारण विजेतेपदाचा करंडक स्वीकाणाऱ्या खेळास उषाचा समावेश होता. राज्यापेक्षा देशासठी केलेल्या कामगिरीची ही पावतीच केरळने तिला दिली होती.

पुरुष खेळाडू विरुद्ध महिला पोलीस

पंचाचा निर्णय न मानणारे आडमुठे खेळाडू सर्वच खेळात दिसून येतात. तर काही वेळा खेळाडूपेक्षा त्याचे समर्थकच जास्त गोंधळ घालतात केरळच्या दुसऱ्या राष्ट्रीय क्रीडा स्पर्धेत कालिकत येथील ज्युदो स्पर्धेच्या पहिल्यादिवशी

एका खेळाडूचा आडमुठेपणा व दिल्लीच्या त्यांच्या समर्थकांचा गोंधळ न थांबल्याने अखेर पोलिसांना हस्तक्षेप करावा लागला. पात्र नसल्याने दिल्लीच्या अखिल अहमदला सामना न खेळण्याचा निर्णय पचानी घेतला व त्याला मैदानाबाहेर जाण्यास सांगितले. परंतु अहमदने बाहेर जाण्यास नकार दिला. यानंतर दिल्लीच्या महिला ज्युदोपटू स्पर्धेच्या जागेवर येऊन बसल्या व परत जाण्यास तयार नव्हत्या. गोंधळ वाढत गेला. अहमदला खेळवावे ही मागणी कायम होती. समर्थक खेळाहू कोणाचेच ऐकत नसल्याने पोलिसांना प्राचारण करावे लागले व महिलांचे केस ओढून त्यांना बाहेर काढले. त्यामुळे सुरळित चाललेल्या स्पर्धेस गालबोट लागले. परंतु संयोजक करणार तरी काय, स्पर्धा पुढे चालू ठेवलीच पाहिजे होती.

खेळाडू गजाआड

डोक्यात राग घुसला की खेळाडू कोणत्या थराला जाईल हे सांगता येत नाही. केरळमधील जलतरण तलावावर शांततेच पदक वितरण समारंभ सुरू होता. हा समारंभ पहाण्यासाठी दिल्लीचे चार वॉटरपोलो खेळाडू प्रेक्षकगॅलरीत येऊन बसले. या खेळाडूंचा बसण्याच्या जागेवरून स्थानिक प्रेक्षकांशी वाद झाला. या वादाचे रूपांतर भांडणात झाले तेव्हा पोलीस आले. पोलीस आल्याने वॉटरपोलोच्या खेळाडूंना राग आला आणि या बहादराने पोलिसांच्या हातातील काठी ओढून घेऊन पोलीस व प्रेक्षकांवरच लाठीहल्ला केला. या खेळाडूंना ताबडतोब अटक करण्यात आली. त्यांना एका दिवसाची तुरुंगाची हवा मिळाली. हे प्रमाण जास्त वाढू नये व खेळाडूंवर गुन्हा नोंदवू नये म्हणून या खेळाडूंच्या रात्रीच कोचीनमधील पहिल्या विमानाने दिल्लीस पाठविण्यात आले. परंतु या प्रकारामुळे राजधानी दिल्लीचे नाक कापले गेले. अब्रू वेशीला टांगली.

ऐनवेळी जमली युती

राज्यात आपल्या हक्कासाठी भांडणाऱ्या संघटनेचे तंटे राष्ट्रीय पातळीवरही दिसून येतात याला क्रीडाक्षेत्रही अपवाद नाही. केरळच्या राष्ट्रीय क्रीडा स्पर्धेत महाराष्ट्र हॉकी संघटना व मुंबई हॉकी संघटना असे दोन संघ महाराष्ट्राचे प्रतिनिधित्व करण्यासाठी केरळात दाखल झाले. या दोन्ही संघटनांना महाराष्ट्र ऑलिम्पिक संघटनेची मान्यता असल्याने सुरुवातीला दोन्ही संघांना स्वतंत्र खेळविण्याची तयारी स्पर्धा समितीने दर्शविली होती. प्रत्यक्षात हॉकी सामने

भरविणाऱ्यांपुढे पेच निर्माण झाला. हा प्रकार बाहेरच्या राज्यातच नव्हता तर केरळातही होता. केरळ ऑलिम्पिक संघटना व राष्ट्रीय संघटनेशी संलग्न असणारी रामस्वामी याची राज्य हॉकी संघटना याचे दोन संघ स्पर्धेत खेळण्यासाठी उत्सुक होते. सर्वप्रथम मराठी संघटक पुढे आले. त्यांनी युती करून दोन्ही संघटनेचे प्रत्येकी आठ खेळाडू निवडून एकच संघ खेळविण्याचा निर्णय घेतला. महाराष्ट्राच्या दोन संघटनेत दिलजमाई झाली. याचा आदर्श केरळनेही घेतला व स्पर्धेस आडकाठी आणली नाही.

छायाचित्र स्वरलतेचे

ओळखपत्रासाठी छायाचित्र काढून घेण्याकरिता ज्येष्ठ गायिका, स्वरसम्राज्ञी लता मंगेशकर एका छायाचित्रकारासमोर उभ्या आहेत. ही कल्पना कशी वाटते? ही कल्पना नाहीत १५ जानेवारी १९९४ रोजी तिसऱ्या राष्ट्रीय क्रीडा स्पर्धेच्यावेळी पुण्याजवळील शिवछत्रपती क्रीडानगरीत ही घटना घडली आहे.

श्रीमती मंगेशकर यांना उच्च दर्जाची सुरक्षा व्यवस्था आहे. परंतु क्रीडा स्पर्धेच्या उद्‌घाटन समारंभात त्यांचे गीत असल्याने सुरक्षेच्या नियमानुसार त्यांच्याजवळ छायाचित्र असलेले ओळखपत्र असणे आवश्यक होते. शुक्रवारी१५ जानेवारीला रात्री उद्‌घाटन समारंभाचे संयोजक कमलाकर सोनटक्के यांनी जरा दबकतच हे सांगितले. श्री. सोनटक्के यांनी छायाचित्रकाराची व्यवस्था केली होती. सोनटक्केनी विनंती करताच श्रीमती मंगेशकर अगदी सहजपणे हो म्हणाल्या आणि सहजपणे छायाचित्रकारासमोर उभ्या राहिल्या.

लाडक्या लेकीसाठी

आपल्या मुलीला सुवर्णपदक मिळावे म्हणून स्पर्धेचे सर्व नियम धाब्यावर बसवून साखळी फेरीतील कामगिरीवरच निकाल जाहीर करण्याचा प्रकार तिसऱ्या राष्ट्रीय क्रीडा स्पर्धेत घडला. स्पर्धेत तलवारबाजी प्रकार प्रथमच समाविष्ट करण्यात आला होता. यामध्ये महिलांच्या फॉईल प्रकारात प्रथम साखळी व बाद पद्धतीने सामने होणार होते. परंतु साखळी फेरीत चंदीगडची सपना सैनी आघाडीवर होती. हे लक्षात येताच तिचे वडील व स्पर्धेचे संचालक आर. पी. सैनी यांनी थेट तिला सुवर्णपदक जाहीर करून सर्वांनाच धक्का दिला. लाडक्या लेकीला व चंदिगडला पहिले सुवर्णपदक मिळवून देण्यासाठी साखळी स्पर्धेतील कामगिरीवरूनच स्पर्धेचा निकाल घोषित करण्यात

आला. याचा यजमान महाराष्ट्राच्या संघटकांनी निषेध केला. पण त्याना यश आले नाही.

गालबोट... पण औषधापुरते

तिसऱ्या राष्ट्रीय क्रीडा स्पर्धेतील मोटारसायकलीवरच्या चित्तथरारक कसरतींना उपस्थित ३५ हजार प्रेक्षकांनी मोठी दाद दिली. सेनादलाच्या कोअर ऑफ सिग्नलच्या जवानांच्या जीवघेण्या कसरतींचे कौतुक झाले. नऊ मोटारसायकलवर ८१ जणांचे पथक होते. हा जागतिक विक्रम होता. हे सारे पथक मानवंदना देऊन पुढे येताच मार्गाभोवती गर्दी असल्याने मोटारसायकलस्वारांचा आत्मविश्वास डळमळला. त्यामुळे पुढील मार्ग ते पूर्ण करू शकले नाहीत. संपूर्ण डोलारा कोसळला. काही जवान जखमी झाले. परंतु तोपर्यंत पूर्वीचा विक्रम मोडला गेला होता.

पुढारी आणि ब्लेसर

पांढऱ्या खादीच्या कपड्यात वावरणारे अनेक पुढारी पुण्यातील राष्ट्रीय क्रीडा स्पर्धेच्या उद्घाटत, समारोप समारंभात ब्लेझर, टाय, स्पोर्टस् शूज या वेषात मैदानात वावरत होते. त्यांचीच वर्दळ जाणवण्यासारखी होती. ज्या खेळाडूंनी गेले १० दिवस स्पर्धा गाजविली त्यांना मात्रा संयोजकांनी स्टँडमध्ये बसण्यासाठी पुरेशी जागा ठेवली नव्हती. एकत्रित संचलनानंतर अनेक खेळाडूंना मैदानावरच ट्रॅकच्या कडेला बैठक मारून बसावे लागले. असे इम्फाळ, पंजाबमधील राष्ट्रीय स्पर्धेतही दिसून आले.

इटालियन पिस्तुलचे जर्मन काडतूस

पुण्यातील शिवछत्रपती क्रीडानगरीतील अॅथलेटिक्स स्पर्धा दृष्य लागावी अशी चालू होती. देशाचा वेगवान खेळाडू कोण? हे ठरविणारी १०० मीटरची शर्यत सुरू झाली. ऑन युवर मार्क, स्टार्ट... आणि गो साठी होणारा बंदुकीचा आवाजच झाला नाही. असा प्रकार दोन-तीन वेळा घडला. धावपटू तर वैतागले. सर्वोत्कृष्ट आयोजनात इतकी छोटी चूक झाली कशी याचा शोध सुरू झाला. तेव्हा समजले की आवाजासाठी ज्या पिस्तुल होत्या त्या इटालियन कंपनीच्या मात्र गोल्या वापरल्या जात होत्या. जर्मन कंपनीच्या यामुळे बंदुकीचा गोळी असताना आवाज होत नव्हता. लांब पल्ल्याची १० हजार मीटरची शर्यत तर आंतरशालेय स्पर्धेसारखी शिटीच्या आवाजावर सुरू करण्यात आली होती.

फारीसचे दुःख

ओसामा फारीस. पॅलेस्टीनीयनचा नागरिक हाडाचा मुष्टीयोद्धा. शिक्षणासाठी पुण्यात असला तरी त्याने आपला खेळ सोडला नाही जिद्दीने तो पुण्यातही खेळत राहिला व तिसरा राष्ट्रीय क्रीडा स्पर्धेसाठी त्याची महाराष्ट्राच्या संघात निवड झाली. लाईट हेवीवेट गटात फारीसने उपांत्यफेरी गाठली. तोच बॉक्सिंग रिंगच्या परिसरात त्याच्या राष्ट्रीयत्वाची चर्चा सुरू झाली. त्याच्या विरुद्ध खेळलेल्या काही राज्याच्या संघटकांनी तो भारतीय नसल्याचा आरोप केला. हे प्रकरण गरम होण्यापूर्वीच फारीसला स्पर्धेच्या बाहेर काढण्यात आला. दुखापतीचे कारण सांगून तो उपांत्यफेरी खेळू शकत नसल्याचे जाहीर करून या वादावर संयोजकांनी पडदा टाकला. फारीस पत्रकारांना म्हणाला, मला पदक नको परंतु. माझा सर्वोत्तम खेळाडूचा अधिकार तरी मला मिळायला हवा होता. परंतु बिचाऱ्या फारीसचे दुःख कोणी समजू शकले नाही.

हौस मिरविण्याची

चौथ्या राष्ट्रीय क्रीडा स्पर्धेच्या भोंगळ उद्‌घाटन सोहळ्याची आठवण ताजी असतानाच आणखी एक मिनी उद्‌घाटन साजरे करण्यात आले. बहुधा ज्यांना बड्या उद्‌घाटनात मिरविण्याची आणि मिरवून घेण्याची संधी मिळाली नाही. त्यांनी कबड्डी मैदानावर त्याचा जणू वचपाच काढला. वास्तविक उद्‌घाटन सोहळा पार पडल्यानंतर प्रत्येक खेळाच्या जागी स्वतंत्र उद्‌घाटनाचा कार्यक्रम हा मुळातच एक मूर्खपणाचा प्रकार. पण कबड्डी संयोजकांनी तो साजरा केला. त्यासाठी स्वतंत्र निमंत्रणपत्रिका छापली आणि त्यात काही मंत्री, खासदार व अधिकारी पाहुणे म्हणून लांबलचक नामावली दिली होती. परंतु प्रत्यक्षात क्रीडामंत्री व माजी मंत्री कार्यक्रमाना आलेच नाहीत. ऐनवेळी ऑलिम्पिक संघटनेचे सरचिटणीस रणधीर यांना प्रमुख पाहुण्यांचा दर्जा देण्यात आला. त्यानी फीत कापली. मागोमाग बँड सुरू झाला. संचलन सुरू झाले तेव्हा कोण यजमान, कोण पाहुणे असा भेदभाव न ठेवता तब्बल ९ मंडळी एका रांगेत मानवंदना घेण्यासाठी उभी राहिली. या प्रकारामुळे ३ वाजता सुरू होणाऱ्या कबड्डीच्या लढती रात्रीचे ८ वाजले तरी सुरू झाल्या नव्हत्या.

नियम मोडण्यासाठीच

नियम हे मोडण्यासाठीच असतात याचा प्रत्यय राष्ट्रीय क्रीडा स्पर्धेत वेळोवेळी आला आहे. पश्चिम बंगालमध्ये निवडणूक लढविणारी, बँकॉक

आशियाई स्पर्धेत सुवर्ण धाव घेणारी ज्योतिमय सिकंदर दिल्लीकडून धावली. हे शक्यच नाही. परंतु हे खरे आहे. बेंगलोरच्या राष्ट्रीय क्रीडा स्पर्धेत सिकंदर बंगालकडून नाही तर दिल्लीसाठी धावली. तिची २ पदके दिल्लीच्या नावावर जमा झाली. यावर पंजाब ऑलिम्पिक संघटनेने आक्षेप घेतला. खेळाडूंनी आपल्या मूळ राज्याकडूनच खेळावे असा नियम आहे. तो त्यांनी संयोजकांना वाचून दाखविला. या प्रश्नाकडे भारतीय हौशी ॲथलेटिक्स संघटनेने कानाडोळा केला व नियम हे मोडण्यासाठीच असतात हे दाखवून दिले.

नाकाचे हाड फॅक्चर

बेंगलोरमधील चौथ्या स्पर्धेला अनेक घटनांनी गालबोट लावले. परंतु खेळाडूंवरील हल्ला ही घटना कधीच विसरता येणार नाही. ४ बाय १०० मीटर रिले शर्यतीत दोन वेळा स्टार्ट फॉल झाल्याने कर्नाटकचा संघ अपात्र ठरविण्यात आला. हे जेव्हा जाहीर झाले तेव्हा १०,००० मीटरची शर्यतीत रौप्यपदक जिंकणारे खेळाडू हजर होते. कर्नाटक अपात्र झाल्याची घोषणा होताच प्रेषकवर्गही चिडला. त्यांनी हाती लागेल ते मैदानात फेकण्यास सुरुवात केली. यामुळे निलम रॉयच्या नाकाला मोठी जखम झाली. चंदीगडच्या या लांब पल्ल्याच्या खेळाडूला तातडीने रुग्णालयात हालविण्यात आले तेव्हा समजले की त्यांच्या नाकाचे हाड फॅक्चर झाले आहे. याबाबत तिने न्यायालयात जाण्याची तयारी दर्शविली होती. परंतु ती गेली नाही.

बक्षिसांचा वर्षाव... मोह

पैसा म्हणजे सर्व काही नसते, परंतु खेळाडूला प्रोत्साहित करण्याचे ते मूलभूत साधन असते. चौथ्या स्पर्धेत कर्नाटकने विजेत्यावर बक्षिसांचा वर्षाव केला. नवा विक्रम करणाऱ्या खेळाडूंला १ लाख तर सुवर्ण, रौप्य, कांस्यपदक विजेत्यांना अनुक्रमे ५०, ३०, २० हजार घोषित केले होते. त्यामुळे इतर राज्यातील खेळाडू कर्नाटककडून खेळले व त्यांनी आपले यश पैश्यात मोजले. या स्पर्धेपासून ही प्रथाच पडत गेली. पंजाबमधील स्पर्धेत मणिपूरचे सायकलपटू ५ लाखाच्या बक्षिसासाठी पंजाबकडून खेळले. हैद्राबादमधील स्पर्धेचा या प्रथेला अपवाद राहिली नाही. आंध्रप्रदेशने सर्वसाधारण विजेतेपदासाठी इतर राज्यातील क्रीडापटूना आपल्याकडे आकर्षित केले आहे. गो फॉर गोल्ड असा प्रचार हैद्राबाद राष्ट्रीय क्रीडा स्पर्धेचा होत राहिला, पण गो फॉर मनी असे म्हटले गेले.

आधुनिक क्रीडाज्योत

उद्घाटन समारंभात क्रीडाज्योत प्रज्वलन हा महत्त्वाचा भाग असतो. खुमान लम्पाक क्रीडानगरीत मोठ्या उत्साहात पाचव्या राष्ट्रीय क्रीडा स्पर्धेचा उद्घाटन सोहळा रंगात आला होता. मैयाकसिंग यांना क्रीडाज्योत प्रज्वलनाचा मान मिळाला होता. माजी मिस्टर एशिया असणाऱ्या मैयाकसिंग पळत जाऊन ज्योतीची मशाल अग्निकुंडाकडे नेली. अग्निकुंडाची शेवटची पायरी चढत असताना हात पुढे करण्यापूर्वीच अग्नीकुंडातील ज्योत प्रज्वलित झाली आणि हशा पिकला आधुनिक तंत्रामुळे नैसर्गिक ज्योतीची मशाल जाण्यापूर्वी मुख्य क्रीडा ज्योत प्रज्वजन होण्याचा प्रकार इम्फाळमध्ये घडला. परंतु पंजाबमधील स्पर्धेत या तंत्रामुळे मिल्खासिंग ज्योत प्रज्वलित करीत असताना आगीचा भडका झाला. फ्लाईंगसिंख थोडक्यात बचावले.

सात टन नॉनव्हेज; एक टन भात...!

पाच ते सहा हजार किलो मांस-मच्छी, तीस ते चाळीस हजार रोट्या, एक हजार किलो भात आणि बाराशे लिटर आइस्क्रीम... ही आकडेवारी आहे, खेळाडू आणि पदाधिकारी राहत असलेल्या गुवाहाटी स्पर्धेच्या 'गेम्स व्हिलेज'मध्ये एका वेळच्या जेवणासाठी लागणाऱ्या पदार्थांची!

'गेम्स व्हिलेज'मधील जवळपास साडेसात हजार खेळाडू आणि दीड हजार पदाधिकाऱ्यांसाठी रोज वेगळ्या मेनूचे नियोजन करण्यात आले होते. रोजचे जेवण तयार करण्यासाठी एक हजारहून अधिक कर्मचारी दिवस-रात्र राबायचे. पत्रकार, स्वयंसेवक आणि पोलिस कर्मचारी यांच्यासाठी अन्नाची सुमारे सात हजार पाकिटे पुरविण्यात येत असे.

फायबर घरांचे क्रीडाग्राम

केरळने छोट्या-मोठ्या सात शहरात स्पर्धा भरवून राष्ट्रीय क्रीडा महोत्सवाच्या मूळ संकल्पनेला धक्का दिला आहे. त्रिवेंद्रम असो कोची केरळत कोठेच देशातील देशातील सर्वात मोठा क्रीडा उत्सव सुरू असल्याचे जाणवत नाही. एकच ठिकाण अपवाद आहे. ते म्हणजे क्रीडाग्राम. होम ऑफ चॅम्पियन्स. साऊथ इंडियन, पंजाबी आणि नॉन व्हेजच्या मेजवानीमुळे सुरूवातीला हॉटेलमध्ये रहाणाऱ्या क्रीडापटूंनी आपला मोर्चा क्रीडाग्रामकडे वळविला होता.

ऑलिम्पिक असो एशियाड-राष्टकुल, क्रीडासोहळ्यात गेमव्हिलेज

म्हणजेच क्रीडाग्रामाला महत्व असते. केरळ स्पर्धा संयोजकांनी तब्बल ६० कोटी खर्च करून ५००० खेळाडूंची निवास एकच ठिकाणी होईल असे देखणे क्रीडाग्राम उभे केले होते. सर्व रूममध्ये ए.सी सुविधेसह राष्ट्रीय क्रीडा स्पर्धेचे बोधचिन्ह असलेली बेडशीट, बॅल्केट, पायपुसणी देण्यात आली आहे.

बाप सवाई बेटी

केरळमधील राष्ट्रीय क्रीडा स्पर्धेचा दुसरा रविवार महाराष्ट्रासाठी गोल्डन संडे ठरला. सकाळी-सकाळी सुवर्ण किरणांचा प्रकाश महाराष्ट्राच्या पदकतक्यात झळकला. २८ किमी. वैयक्तिक टाईमट्रायल प्रकारात पुण्यातील क्रीडा प्रबोधिनीच्या रूतुजा सातपुतेने सुवर्णाची बाजी मारली. यजमान केरळच्या तुल्यबळ स्पर्धकांना तब्बल दिड मिनिटांनी मागे टाकत रूतुजाने शर्यत जिंकली. गत रांची स्पर्धेत वय कमी असल्याने रूतुजाला भाग घेण्यास मनाई करण्यात आली होती. केरळमध्ये पदकाचा निर्धार करीत तिने वडिलांचा पदकाचा वारसा कायम राखला. तिचे वडिल संजय सातपुते हे राष्ट्रीय खेळाडू असून महाराष्ट्राचे प्रशिक्षक आहे. त्यांनी केरळमध्ये १९८७ साली झालेल्या राष्ट्रीय क्रीडा स्पर्धेत सांघिक प्रकारात रौप्य पदक कमविले होते. योगायोग म्हणजे केरळमध्येच त्यांच्या लेकीने त्याचे सुवर्णपदकाचे स्वप्न साकार करून महाराष्ट्राचा झेंडा उंचवित ठेवला.

माझा अमृतानुभव

चल मेरी गाडी बालेवाडी, वहाॅ है राजू खेल खिलाडी हे घोषवाक्य, कमॉन राजू कमॉन हे स्पर्धा गीत आणि राजू हे वाघाचे बोधचिन्ह ही तिसऱ्या राष्ट्रीय क्रीडा स्पर्धेची आठवण आजही माझ्या मनाच्या कोपऱ्यात घर करून आहे. मी बारावी सायन्सला असताना तिसरी राष्ट्रीय क्रीडा स्पर्धा पुण्यात रंगली होती. स्पर्धेचा अनोखा उद्‌घाटन व समारोप सोहळा मी दूरदर्शन लाईव्ह पाहिला. सायन्सची पॅक्टिकल्स संभाळून कसेबसे दोन दिवस ही स्पर्धा पहाण्याचे भाग्य मला मिळाले. रांगेत उभे राहून दहा रूपयांचे तिकिट खरेदी करून ॲथलेटिक्स, मुष्ठियुध्द आणि कुस्तीचा थरार मी जीवनात सर्वप्रथम अनुभवला.

उद्‌घाटनानंतर सारं शहर स्पर्धामय झाले होते. पुण्याचा लुक एकदम बदलला होता. चौक सजविण्यात आले होते. स्पर्धेचे फलक शहरात नजरेत येत होते. आजही पुण्यातील प्रभात रोडवरील पोलिस स्टेशनजवळ तेव्हाचा फलक स्पर्धेची साक्ष देत उभा आहे.

मला स्पर्धेचा समारोप सोहळा पहाण्याची मनीषा होती. माझा जन्म मुळशी तालुक्यातील. मुळशीतील पहिला नियोजित साखर कारखाना स्थलांतस्तरीत करून देशातील नवी क्रीडानगरी वसविण्यात आली. तत्कालीन आमदार-खासदार आम्हाला ओळखायचे. त्यांच्याकडून स्पर्धेच्या समारोपाचे

इन्फाळ स्पर्धेच्या प्रेसबॉक्समध्ये वृत्तांकन करताना संजय दुधाणे

पास मिळाले असते. परंतु ते मागण्याचे धाडसच झाले नाही. त्यांना विनंती केली असली तरी समारोपाचा नयनरम्य सोहळा मला पहाता आला असता. ही तृष्णा मला दूरदर्शनवरच पूर्ण करावी लागली.

राष्ट्रीय क्रीडा स्पर्धेने पुणे शहराला क्रीडानगरी हे बिरूद दिले. खेळाकडे पहाण्याची नवी दृष्टी दिली. स्पर्धेतून विकासाचा मार्ग दिसून आला. खरं तर या स्पर्धेचे एक उचित संग्रहालय शिवछत्रपती क्रीडानगरीत होणे गरजेचे होते. बिटिशांनी आपल्यावर राज्य केले खरे, परंतु त्याच्यासारखा भावी पिढीला प्रेरक इतिहास समजावा यासाठी आठवणींचा वस्तू, छायाचित्रांचा ठेवा आपण जपून ठेवत नाही. आज या पुण्यातील वैभवशाली स्पर्धेची एकही खूण बालेवाडी क्रीडानगरीत नसावी हे शल्य आहे.

पुणे, बेंगलोरनंतरची इन्फाळ स्पर्धा माझ्यासाठी लकी ठरली. पत्रकारितेचा डिप्लोमा करीत असताना सुपर मॉम मेरी कोमच्या मणिपूरमधील राष्ट्रीय क्रीडा

स्पर्धा वृत्तांकनाची मला अनपेक्षितपणे संधी मिळाली. दैनिक लोकसत्तात प्रकाशित झालेल्या सर्व बातम्या मी आजही जपून ठेवल्या आहे. ही स्पर्धा माझ्या जीवनातील मैलाचा दगड ठरली. चिमुकल्या मणिपूरमधील हा क्रीडा उत्सव आजही मला आठवतो. हजारपेक्षा अधिक मणिपुरी कलाकारांनी एकसुरात निनादलेला मृदुंग आणि महाराष्ट्राचे भगवा फेट्यातील संचलन मी आजही विसरलो नाही.

महाराष्ट्राच्या क्रीडापटूंसोबतच मी जीवनातील सर्वात मोठ्या रेल्वे प्रवासाला निघालो होता. कुस्तीपटूंच्या बोगीतून जाताना पथकप्रमुख दस्तुरखुद्द बाळासाहेब लांडगे आमच्या गाडीत होते. कोल्हापूर सकाळचे शिवाजी पाटील, केसरीचे हेमंत जोगदेव आणि लोकसत्ताकडून मी असे इनमीन तीनच पत्रकार मणिपूर स्पर्धेसाठी रवाना झालो होतो. स्पेशल ट्रेन पुण्याहून सुटली खरी. परंतु या गाडीला मालगाडीसारखे जागोजागी थांबविण्यात आले. तरीही खेळाडूंसोबत प्रवासाची मजा आम्ही लुटली. पैलवान काका पवारचे पठ्ठे आमच्यासाठीही थंडाई करीत असे. कंटाळवाणा प्रवास सुखद व्हावा यासाठी ठेका धरून नाचणेही व्हायचे. जणू ट्रेन घर बनली होती. सत्तर वर्षांच्या जोगदेवसरांनाही ठेका धरून नाचण्याचा मोह आवरता आला नाही. अडीच दिवसानंतर दिमापूरच्या शेवटच्या स्टेशनला पोहचलो तेव्हा हुश्श झालो.

नागमोड्या रस्त्यातून वाट काढत ६ तासांच्या बस प्रवासानंतर आम्ही इन्फाळला पोहोचलो. टुमदार बैठी घरे खेळाडूंचे क्रीडाग्राम होते. खेळाडूंसोबतच मी मुक्काम ठोकला होता. नेमबाजीचा संघ एक दिवस उशिरा आला. त्यांना दिलेल्या निवासस्थानातील सर्वच रूममध्ये पाणी साचले होते. अंजली वेदपाठक, अशोक पंडित यांच्यासारखे दिग्गज क्रीडापटू बादलीने पाणी बाहेर काढत होते. अशा स्थितीत या क्रीडावीरांनी पदके जिंकून महाराष्ट्राची शान उंचावली होती. विशेषतः अंजली भागवत, सुमा शिरूर आणि दीपाली देशपांडे यांच्यावर मी इन्फाळमधील विक्रमी यशावर विशेष लेखही लिहिला होता.

इन्फाळ स्पर्धेत काका पवारशी माझी दोस्ती झाली. पुणे, बंगलोर स्पर्धेत सुवर्ण पदक जिंकल्यानंतर काका तिसऱ्यांदा मणिपूरमध्ये खेळत होता. काकांची सुवर्णपदकाची झुंज पाहाण्यासाठी मी लवकरच कुस्ती हॉलमध्ये दाखल झालो होतो. पथकप्रमुख बाळासाहेब लांडगे आणि भारतीय ऑलिम्पिक

महासंघाचे सुरेश कलमाडीही आवर्जून आले होते. आपल्या लौकिकाला साजेसा खेळ करीत काकांनी सुवर्ण पटकावले. भारव्दाज डावावर ८-० तांत्रिक गुणांवर कुस्ती जिंकत काकांनी सोनेरी हॅटट्रिकचा इतिहास घडविला होता. त्याकाळी काकांची राष्ट्रीय स्पर्धेतील हुकुमत पुन्हा एकदा सिध्द झाली होती. कलमाडी आणि लांडगे यांच्या हस्ते पदकवितरण सोहळा रंगला.

काका पवारांचा विजयोत्सव आम्ही क्रीडाग्राममध्ये साजरा केला. कुस्ती स्पर्धा संपल्यानंतर मी, काका आणि कुस्तीचे प्रशिक्षक राष्ट्रकुल पदक विजेते राम सारंग सर असे तिघे इन्फाळच्या भटकंतीला गेला होतो. इन्फाळमधील पर्यटनाचे आकर्षण असणारा लोकटक तलावाचे विहिंगम दृश्य पाहिल्यानंतर मी व काकांनी पॅन्डल बोटचा आनंद लुटला होता. लोकटकच्या वाटेवरील मोईरंग गावातील नेताजी सुभाषचंद्र बोस यांच्या स्मारकास आम्ही धावती भेट दिली. नेताजींच्या आझाद हिंद सेनेने जेथे युध्द जिंकले त्या जागेवर स्मृतिसंभ उभारण्यात आला आहे. या स्तंभाला वंदन करीत पुन्हा मी राष्ट्रीय क्रीडा स्पर्धेकडे मोर्चा वळविला.

इन्फाळ स्पर्धेत महाराष्ट्राचा सुवर्णदिन मला अनेकदा अनुभवला. ॲथलेटिक्स, नेमबाजी, कुस्ती, कबड्डी आणि फुटबॉल मैदानात जय महाराष्ट्राचे सूर दणाणले. पुण्याचा मित्र प्रविण बोरसे पदक जिंकल्यानंतर त्याने रात्री दिलेली बर्फीची चव अजूनही तोंडात आहे.

मणिपुरीमध्ये नमस्कारला खुरमजरी म्हटले जाते. आजही कोणी मणिपुरी भेटल्यानंतर मी त्यांचे स्वागत खुरमजरीने करतो तेव्हा समोरचा मणिपुरीच्या चेहऱ्यावरील हास्य मलाही आनंद देतो. मेरी कोमलाही प्रत्येक भेटीत मी खुरमजरी म्हटल्यावर तीही आनंदी चेहऱ्याने माझे स्वागत करत असते.

इन्फाळ नॅशनल गेम्समधील आठवणींच्या गोडव्यात एक भीतिदायक कडवटपणाही लपलेला आहे. एकदा मुख्य स्टेडियममधून निघण्यास मला व सकाळचे पत्रकार शिवाजी पाटील यांना उशीर झाला. आमच्या निवासस्थानाकडे जाणारी बस निघून गेली होती. बाहेर काळाकुट्ट अंधार होता. आम्ही मुख्य रस्त्यावरून जाण्यासाठी गाडी शोधत होतो. एक मारूती व्हॅन आमच्यासमोर येऊन उभी राहिली. गाडीतील तरूणांना आम्ही अडचण सांगितली. त्यांना आम्हाला क्रीडाग्रामत सोडण्याचे आश्वासन दिले.

व्हॅन सुरू झाली. तिने अचानक मार्ग बदलला. व्हॅनच्या पुढे बसलेले

दोन मणिपुरी काहीतरी बोलत होते. आमचा मार्ग भरकटला होता. आम्हा दोघांच्या लक्षात ही गोष्ट आली. निवासस्थानाच्या विरूध्द दिशेने त्या मणिपुरी माणसाने गाडी आणली होती. शिवाजीराव व मी दोघे जरा घाबरलो. तोच एक वस्तीत त्यांनी गाडी घातली. भीत भीत आम्ही त्यांना व्हॅन थांबविण्यास सांगितले. गाडी थांबविताच उडी मारत आम्ही शेजारील घरांजवळ आसरा शोधण्याचा प्रयत्न केला. योगायोगाने नॅशनल गेम्सच्या एका पदाधिकाऱ्याच्या घरासमोरच आम्ही उतरलो होतो. देव आमच्या मदतीला धावून आला. त्यांना आम्ही अडचण सांगितली. तोपर्यंत त्या व्हॅनने धुम ठोकली होती. त्या मणिपुरी पदधिकाऱ्यांनी आम्हाला धीर दिला. त्यांच्या स्वःतच्या व्हॅनमधून ते आम्हाला क्रीडाग्रामात सोडविण्यास आला. निवासस्थापर्यंत आम्ही जेव्हा पोहोचलो तेव्हा जीव भांड्यात पडला. त्या व्हॅनमधील तरूणांनी आमचे अपहरण केले असते तर हा विचार मनातून काही केला तरी जात नव्हता. मणिपूरचा तो जीवघेणा अनुभव आजही भयावह वाटतो. मणिपुरी माणसांचे दोन चेहरे तासाभरात आम्ही पाहिले होते. एक धोकादायक, दुसरा देवरूपी. तरीही गोऱ्यागोमटच्या मणिपुरी माणसाबाबत माझं प्रेम जराही कमी झाले नाही. इन्फाळ स्पर्धेने माझ्या पत्रकारितेला बळ दिले होते. पुण्याबाहेर नव्हे तर परराज्यात जाऊन यशस्वीपणे वृत्तांकन करण्याचे भाग्य फळास आले.

मणिपूर पाठोपाठ मला पंजाबमधील स्पर्धा वृत्तांकनाची संधी दैनिक पुढारीमुळे लाभली. ही स्पर्धा दुय्यम दर्जाची झाली. त्याकाळी फॅक्सने बातम्या पाठविल्या जायच्या. मला आठवतेय पतियाळातील खो-खो स्पर्धेत महाराष्ट्राने सोनेरी कामगिरी करून आपले वर्चस्व कायम राखले होते. माझी बातमी वेळेत तयारी झाली. दोन-अडीच तास प्रयत्न करून फॅक्स काही गेला नाही. परंतु याच स्पर्धेने मला पत्राकरितेचा नवा चेहरा दिला. क्रीडापानावर माझ्या नावासह तीनही वृत्ते प्रकाशित होत असत. माझ्या या बातम्यांचे महाराष्ट्र शासनाच्या क्रीडा खात्याने दखल घेत खेळाडूंवरील अन्याय दूर केला होता. या स्पर्धेसाठी तत्कालीन क्रीडामंत्री रामकृष्ण मोरे यांनी प्रत्येक खेळाडूला स्वतंत्रपणे शुभेच्छा पत्रे लिहिले होते. प्रत्यक्षात ते निम्मी स्पर्धा संपल्यानंतर पराभूत खेळाडूंच्या हाती दिले जात होते. याबाबत मी वृत्त लिहिताच हे पत्र वाटप थांबविण्यात आले.

इन्फाळमध्ये स्पर्धेत जशी काका पवार गट्टी जमली तसेच पंजाब स्पर्धेत विश्वजित शिंदे हा नवा मित्र लाभला. नेमबाजीचा सुवर्णदिन अनुभवण्यासाठी मी लुधियानातून मोहालीकडे प्रस्थान केले होते. रात्री पुन्हा लुधियाना विद्यापीठातील होस्टेलमध्ये निवासाला येण्याचे माझे ठरले होते. मोहालीत नेमबाजीची बातमी लिहिण्यास उशीर झाला. माझी अडचण राष्ट्रीय विजेता विश्वजितच्या ध्यानात आली. त्याने मला पुन्हा जाण्यापेक्षा आज संघासोबत रहाण्याचे सुचवले. मोहालीत मी, विश्वजित, संदीप तरटे, समीर आंबेकर व मंगेश माने एकत्र राहिलो. रात्रीच्या भोजनाच्यावेळी विश्वजितने माझी अंजली वेदपाठकशी ओळख करून दिली. रात्री क्रीडा गप्पा रंगल्या. दुसऱ्या दिवशी अंजलीसह संदिप, समीर, मंगेशने राज्यासाठी पदकाचा वेध घेतला. पदकांचा आनंद साजरा करीत या विजेत्यांचा निरोप घेत असताना विश्वजितने दाखविलेल्या खिलाडूवृत्तीला सलाम देत मी मोहालीतून लुधियानात प्रस्थान केले.

लुधियानातील अनुभव गोड कमी आणि कटू अधिक होते. पंजाबमधील स्पर्धेला अतिरेक्यांचा धोका होता. यामुळे कधीही कोणाची झाडाझडती घेतली जायची. उद्घाटन सोहळ्यातही पेन चालवून दाखविण्यापर्यंत तपासणी केली गेली होती. स्पर्धेच्या चौथ्या दिवशीचा अनुभव चीड आणणारा होता. लुधियाना विद्यापीठात महाराष्ट्राच्या ॲथलेटिक्स संघासोबत मी रहात होतो. चौथ्या दिवशी पहाटे चार वाजताच पंजाब पोलिसांनी माझ्या खोलीचा दरवाजा ठोठावला. सारा बिछाना उलटासुलटा केला. बॅगा तपासून फेकून दिल्या. ॲथलेटिक्स प्रशिक्षक आणि परराज्यातील क्रीडा संघटकांच्या खोलीत हाच प्रकार घडला. अतिरेक्याच्या धमकीमुळे ही कारवाई पंजाब पोलिसांनी करून आम्हा सर्वांची झोप उडविली होती. सुरक्षिततेच्या कारणांमुळे पोलिसांच्या या वागण्याबाबत चीड व्यक्त करण्यापलीकडे आमच्या हातात काहीच नव्हते.

इन्फाळ, पंजाबनंतर पुन्हा राष्ट्रीय क्रीडा स्पर्धा वृत्तांकनास जाण्याची मला इच्छा झाली नाही. गुवाहाटी स्पर्धेला जाण्याचे योजले होते. परंतु योग जुळून आला नाही. त्यानंतर हैद्रराबादमधील आफ्रो एशियन गेम्स, लंडन ऑलिम्पिक, इन्चोन एशियाड वृत्तांकन करीत खेळाडूसारखा माझ्या कामगिरीचा आलेख चढता राहिला. राष्ट्रीय स्पर्धेकडून ऑलिम्पिकच्या दिशेने...

महाराष्ट्राच्या पथकासोबत संचलन करताना प्रा. संजय दुधाणे

नंनी केरळ, नंनी एमओए

नॅशनल गेम्समध्ये खेळाडूंसह प्रशिक्षक, व्यवस्थापक आणि समन्वयक हेदेखिल स्पर्धेतील पथकाचे अविभाज्य घटक असतात. त्यांनाही खेळाडूंसोबत संचलनाचा मान मिळतो. क्रीडा क्षेत्रातील योगदानाबद्दल मलाही ही सुवर्णसंधी केरळ स्पर्धेत अनुभवयास मिळाली. ३५ व्या केरळ राष्ट्रीय क्रीडा स्पर्धेसाठी महाराष्ट्राच्या पथकात माझी समन्वयकपदी निवड करण्यात आली होती. महाराष्ट्र ऑलिम्पिक संघटनेचे महासचिव बाळासाहेब लांडगे यांनी मला ही संधी दिली. जेव्हा मला समन्वयक झाल्याचे समजली तेव्हा खरंच वाटत नव्हते की मीही आता महाराष्ट्राचा ब्लेझर परिधान करून संचलनात सहभागी होणार...

केरळ नॅशनल गेम्स माझ्यासाठी अनुभवाचा ठेवा ठरली. अनेक कटूगोड घटना केरळच्या स्पर्धेत घडल्या. सर्वात महत्वाचे म्हणजे आपला महाराष्ट्र क्रीडाक्षेत्रात नेमका कोठे आहे हे समजून आले. गतस्पर्धेच्या तुलनेत महाराष्ट्राच्या खेळाडूंची तयारी अपुरी झाली होती. तरीही मराठी क्रीडापटूंनी पदकाचे शतक पूर्ण करून आपले चौथे स्थान कायम राखले.

त्रिवेंद्रममधील स्पर्धेची स्टेडियम क्रीडाग्रामपासून खूपच लांब होती. जेथे महाराष्ट्राचा सुवर्णपदक गवसेल त्याच मैदानात आम्ही जात असे. मी

ऑलिम्पक संघटनेचे बाळासाहेब लांडगे आणि भारतीय ऑलिम्पिक संघटनेचे सदस्य नामदेव शिरगांवकर एकत्रित स्टेडियम जायचो. बाळासाहेब व शिरगांवकर खेळाडूंचे पेढे भरवून कौतुक करायचे. केरळमध्ये

आपल्यासारखी मिठाईची दुकाने चौकाचौकात सापडत नाही. यामुळे पेढे शोधण्यासाठी मला भटकावे लागयचे. बाळासाहेबांनी अनेक खेळाडूंना खिशातून रोख रक्कम काढून त्यांचे अभिनंदन केलेले मी अनेक मैदानात पाहिले. महाराष्ट्राच्या यशासाठी सतत प्रयत्नशील असणारे नामदेव शिरगांवकर हेदखिल खेळाडूच्या मदतीला सतत दत्त म्हणून उभे राहायचे. डायव्हिंग, वॉटरपोलोमधील पदकविजेत्या खेळाडूंना ॲक्रिडेशन उद्घाटनानंतरही हाती आले नव्हते. पथकातील डॉक्टर आणि मलाही ॲक्रिडेशन मिळाले नव्हते. माझ्यासह खेळाडू, डॉक्टर मंडळीची ॲक्रिडेशन शिरगांवकरांनी तासाभरात स्वतः उभे राहून करून दिली.

केरळ स्पर्धेचा चौथा दिवस महाराष्ट्रासाठी दुःखाचा डोंगर कोसळणारा ठरला. मी, बाळासाहेब आणि शिरगांवकर एकत्रच नेमबाजीच्या रेंजवर आलो होतो. सकाळीचे साडेदहा वाजता महाराष्ट्राच्या पथकामधील डॉ. जगताप यांचा फोन आल्याने बाळासाहेबांसह शिरगांवकर यांच्या चेहऱ्यावरचे भाव गंभिर बनत गेले. त्यांनी तातडीने त्रिवेंद्रममधील मेडिकल कॉलेजच्या सरकारी हॉस्पिटलमध्ये गाडी वळवली. तोपर्यंत मयुरेश पवार या गुणी नेटबॉल खेळाडूंचा मृत्यू जाहिर झाला होता. साऱ्या क्रीडानगरी हळहळली. बाळासाहेबसह शिरगांवकर यांनी या प्रतिकूल स्थितीत मोठ्या धैर्याने तोंड दिले. रात्री उशिरापर्यंत या दोघांनी घटनेचे गांभिर्य ओळखून त्याचे पार्थिव सातारा येथे नेण्यासाठी कार्यवाही केली. आनंदाच्या क्षणी पेढे भरविणारे आणि दुःखाच्या काळातही तहान-भुक विसरून मदत करणारे बाळासाहेब-शिरगांवकर सारखे सच्चे क्रीडा पदाधिकारी मी केरळ स्पर्धेत पाहिले.

मणिपूर, पंजाब नॅशनल गेम्स प्रमाणेच केरळ स्पर्धेतही मला नवे मित्र

भेटले. महाराष्ट्राच्या पथकातील मेडिकल टिमने जी धावपळ केली त्यामुळेच नक्कीच अनेक खेळाडूंना पदक जिंकण्यासाठी मदत झाली. याच टीमधील हरहुन्नरी डॉ. संदिप गायकवाड यांची मला मोठी मदत झाली. क्रीडाग्रामातील दुसऱ्या आठवड्यात माझी रूम राजकीय क्रीडा पदाधिकाऱ्यांनी बदलण्यास सांगितले. खरंतर या प्रवृत्तीमुळेच महाराष्ट्र मागे राहिला आहे. असो, राजकारणामुळे मला डॉक्टर मित्र लाभले. त्यांच्या सहवासातील दोन दिवस नवेकाही शिकवून जाणारे ठरले.

महाराष्ट्राच्या ३० पेक्षा अधिक पदक विजेत्यांच्या यशाचे मला साक्षीदार होता आले. समारोपानंतर या स्पर्धेतील महाराष्ट्राच्या कामगिरीवर मी २०० पानांचा सांख्यिकी अहवाल तयार केला. हा अहवालाचे कौतुक क्रीडामंत्री विनोद तावडे यांच्यासह एमओएचे अध्यक्ष अजित पवार यांनी केले. ऑलिम्पिक, आशियाई स्पर्धेनंतर केरळ नॅशनल गेम्स माझ्यासाठी मर्मबंधातील ठेवच बनली आहे.

ज्या देशी जावे, तेथिल एक तरी शब्द शिकावे असा माझा कटाक्ष असतो. केरळमध्ये धन्यवादला नंनी असे मल्याळी भाषेत म्हटले जाते. त्रिवेंद्रममधून पुण्यात परतीच्या विमान प्रवासात मी मनोमनी आभार प्रदर्शन सुरू केले होते. नंनी केरळ, नंनी एमओए, नंनी बाळासाहेब, नंनी शिरगांवकर.

राष्ट्रीय क्रीडा स्पर्धेचा सांख्यिकी अहवाल प्रकाशित करताला क्रीडामंत्री विनोद तावडे, अजितदादा पवार, बाळासाहेब लांडगे, नामदेव शिरगांवकर, संजय दुधाणे

महाराष्ट्र ऑलिम्पिक संघटना

राष्ट्रीय क्रीडा स्पर्धेस केंद्र शासन, राज्य शासन आर्थिक सहकार्य करीत असले तरी या स्पर्धेची पालखी स्पर्धेचे शहर व राज्य ऑलिम्पिक संघटना समर्थपणे पेलत असते. पुण्यात १९९४ मध्ये गाजलेली राष्ट्रीय क्रीडा स्पर्धा आयोजन महाराष्ट्र ऑलिम्पिक संघटनेने यशस्वीपणे करून ऐतिहासिक कामगिरी केली होती. या स्पर्धेपासूनच खऱ्या अर्थाने महाराष्ट्र ऑलिम्पिक संघटना नावरूपाला आली.

महाराष्ट्र ऑलिम्पिक संघटना (एमओए) ही राज्यातील सर्व खेळांची शिखर संघटना आहे. भारतीय ऑलिम्पिक महासंघाही संलग्न असलेल्या महाराष्ट्र ऑलिम्पिक संघटनेची स्थापना मुंबईत १९ जुलै १९८० रोजी करण्यात आली. मदनसिंग तन्वर हे एमओएचे पहिले अध्यक्ष होते. के.एल. पास्सी हे महासचिव होते. विशेष म्हणजे भारतीय क्रिकेट नियामक मंडळाचे अध्यक्ष झालेले राजसिंग डुंगरपुरकर हे पहिल्या कार्यकारिणीत उपाध्यक्ष होते. ही राज्याची सर्वात श्रेष्ठ क्रीडा संघटना नामदार शरद पवार हे १९८५ पासून अध्यक्ष झाल्यानंतर नावरूपाला आली. त्याच काळात वाय. ए. गोळे हे महासचिव झाल्यापासून एमओएच्या कार्य सुरू झाले. मार्च २०१३ पासून अजित पवार हे एमओएच्या अध्यक्षपदाची धुरा संभाळत आहे. माजी क्रीडामंत्री शामराव अष्टेकर, बाळासाहेब लांडगे, चंद्रकांत शिरोळे यांनी महाराष्ट्र ऑलिम्पिक

संघटनेला सक्षम करण्यासाठी कष्ट घेतले.

राष्ट्रीय क्रीडा स्पर्धेसाठी राज्याच्या संघाची सर्वोतोपरी जबाबदारी ही महाराष्ट्र संघटनेवर असते. खेळाडूंची सराव शिबिर आयोजित करणे, स्पर्धेसाठी ट्रॅकसूट-टी शर्ट-ब्लेझर देणे, प्रवासाची व्यवस्था करणे, सर्वात महत्त्वाचे म्हणजे पदक जिंकण्यासाठी जे शक्य आहे ते सर्वकाही एमओएचे पदाधिकारी करीत असतात. यासाठी येणारा सर्व खर्च राज्य शासन देत असते. राज्याच्या पथकाचे नेतृत्त्व करून राज्यासाठी नॅशनल गेम्सची अधिकाधिक पदके जिंकण्यासाठी एमओए कटिबध्द असते.

राज्य संघटनांना मार्गदर्शन आणि राज्यात ऑलिम्पिक क्रीडाप्रकारांचा विकास होण्यासाठी एमओए कार्यान्वित आहे. राज्यातील युवा खेळाडूंसाठी मिनी ऑलिम्पिक ही राज्य क्रीडा स्पर्धाही एमआयेएने १९८० च्या दशकात सुरू केली. पहिली स्पर्धा ठाणे शहरात पार पडली. त्यानंतर सोलापूर, अमरावती व सांगली मिनी ऑलिम्पिक स्पर्धा रंगली. पुण्यातील १९९४ मधील राष्ट्रीय क्रीडा स्पर्धेनंतर दुसऱ्याच वर्षी पाचवी मिनी ऑलिम्पिक स्पर्धा एमओए पिंपरी चिंचवडमध्ये यशस्वीपणे भरविली होती. आता पुन्हा एकदा २१ वर्षांनी ही स्पर्धा एमओए भरविणार आहे.

ऑलिम्पिकचे जनक बॅरन कुबर्टिन यांनी २३ जून १८९४ रोजी ऑलिम्पिकची स्थापना केबली होती. जगभर हा दिवस ऑलिम्पिक दिन म्हणून साजरा केला जातो. एमओएने गेली दशकभर ऑलिम्पिक दिन भव्य स्वरूपात साजरा करण्याची परंपरा कायम राखली आहे. या दिवशी ऑलिम्पिक दिन दौडचे आयोजन तसेच ऑलिम्पिकपटूंचा सन्मान केला जातो.

गुवाहाटीतील राष्ट्रीय क्रीडा स्पर्धेपर्यंत महाराष्ट्रातील पदकविजेत्यांना एक लाखाच्या घरात रोख रक्कम दिली जायची. २०११ रांची स्पर्धेतील सुवर्ण, रौप्य, कांस्य विजेत्यांना अनुक्रमे ५, ३, २ लाख रूपयांची मागणी एमओएने शासनाकडे केली. एमओएने पाठपुरावा करीत ही रक्कम मंजुर करण्याचा ऐतिहासिक निर्णय शासनास घेण्यास लावला. महाराष्ट्र ऑलिम्पिक संघटनेकडे अनेक वर्षे स्वतःचे कार्यालय नव्हते. आता पिंपरीतील अण्णासाहेब मगर स्टेडियममधील प्रशस्त कार्यालयतून एमओएचे कामकाज सुरू असते.

दिलीपराज प्रकाशनाने प्रकाशित केलेली
प्रा. संजय दुधाणे लिखित
संग्राह्य क्रीडा पुस्तके

ध्रुवतारा
सचिन तेंडुलकर

कथा
ऑलिम्पिकच्या

वाटचाल
एशियाडची